खांडेकर रजत स्मृतीपुष्प

जीवनशिल्पी

वि. स. खांडेकर

संपादक
डॉ. सुनीलकुमार लवटे

मेहता पब्लिशिंग हाऊस

◆ या पुस्तकातील लेखकाची मते, घटना, वर्णने ही त्या लेखकाची असून त्याच्याशी प्रकाशक सहमत असतीलच असे नाही.

JIVANSHILPI by V. S. KHANDEKAR

जीवनशिल्पी : वि. स. खांडेकर / व्यक्तिलेखसंग्रह

© सुरक्षित

संपादक   : डॉ. सुनीलकुमार लवटे
              निशांकुर', अयोध्या कॉलनी, राजीव गांधी रिंग रस्ता,
              सुर्वेनगरजवळ, पोस्ट कळंबा, कोल्हापूर – ४१६ ००७
              © ९८८१२५००९३   Email : drsklawate@gmail.com

मराठी पुस्तक प्रकाशनाचे हक्क मेहता पब्लिशिंग हाऊस, पुणे.

प्रकाशक   : सुनील अनिल मेहता, मेहता पब्लिशिंग हाऊस,
              १९४१, सदाशिव पेठ, माडीवाले कॉलनी, पुणे – ४११०३०.

प्रथमावृत्ती   : जून, २०१५

मुखपृष्ठ   : फाल्गुन ग्राफिक्स

ISBN for Printed Book 9788184987768
ISBN for E-Book 9788184987775

सर्वत्र खुणा माझ्या मजला दिसताहेत

वि. स. खांडेकरांनी व्यक्तिलेखांच्या रूपात अनेकांचं जीवन व कार्य शब्दबद्ध केले आहे. त्यांचे दोन संग्रह यापूर्वी मी मराठी वाचकांसाठी 'साहित्यशिल्पी' व 'समाजशिल्पी' शीर्षकांनी सादर केले आहेत. 'जीवनशिल्पी' हा या मालिकेतला तिसरा संग्रह होय. यात एकूण १७ व्यक्तिलेख संग्रहित आहेत. हे लेख गौरव लेख, मृत्युलेख अशा स्वरूपातलेच असले तरी ते वि. स. खांडेकरांच्या जीवनातील बालमित्र, संपादक सहकारी, साहित्य स्नेही, नातलग, निकटवर्ती अशा व्यक्तींवर लिहिलेले असल्याने यात यापूर्वींच्या लेखांच्या तुलनेने आत्मीयता, आपुलकी जशी आहे, तशी एक प्रकारची अनौपचारिकताही आहे. त्यामुळे या लेखनाला सौंदर्यापेक्षा मार्दवाचा झालेला स्पर्श लेखांना आत्मस्वर बनवून टाकतो हे वाचताना लक्षात येईल.

'जीवनशिल्पी' मधील अनेक व्यक्ती या वि. स. खांडेकरांचे बालमित्र, स्नेही, सन्मित्र, जीवश्चकंठश्च मित्र आहेत. त्यामुळे या लेखांतून मैत्रीबद्दल खांडेकरांचे विचार समजून येण्यास मदत होते. खंडेराव दौंडकर यांच्यावरील लेखात ते म्हणतात, ''मैत्री कशी जमते किंवा स्नेह कसा जुळतो या प्रश्नाचं उत्तर देणं फारसं सोपं नाही. स्त्री-पुरुषांमधलं प्रेम कसं निर्माण होतं हे एकवेळ व्यवस्थितपणे सांगता येईल. कवी, नाटककार, कादंबरीकार वगैरे मंडळी स्त्री-पुरुष प्रथमदर्शनींच एकमेकांकडे आकृष्ट होतात... प्रेम, स्नेह, जीवश्चकंठश्च मैत्री इत्यादींचं जीवनात जे रेशमी जाळं विणलं जातं, त्याच्याशी नियतीचा किंवा योगायोगाचा संबंध नाही असं कोणी म्हणू शकेल?... ओळखी या पुष्कळदा मुक्या कळ्या ठरतात. त्या सुंदर दिसल्या तरी फुलत नाहीत. त्यांचा सुगंध कधी अनुभवायला मिळत नाही.'' याची प्रचिती देणारे मित्रांसंबंधीचे यातील लेख हृद्य आहेत. 'मुंबई मराठी साहित्य संघा'चे संस्थापक डॉ. अ. ना. भालेरावांचा आणि खांडेकरांचा संबंध लेखक व संपादक रूपात झाला तरी ओळखीचं रूपांतर मैत्रीत होण्यास श्रीपाद कृष्ण कोल्हटकरांचा नि त्यांचा ऋणानुबंध कारणीभूत ठरतो. शिवाय या दोन मित्रांत लेखन, संपादन, साहित्यवाचन, क्रिकेट, नाटक असे कितीतरी समान दुवे दिसून येतात. 'समानशीलेषु, व्यसनेषु सख्यम्' म्हणतात ते खरं ठरविणारी त्यांची मैत्री. या मैत्रीचं रूपांतर पुढे हृदस्थ होण्यात होतं, त्याचं कारण डॉ. भालेरावांच्या ठायी साहित्य व नाटकांप्रती असलेली अक्षय ऊर्जा आणि उत्साह! स्वतःचा डॉक्टरीचा व्यवसाय, राजकारणातील

उलथापालथी या सर्वांत डॉ. भालेराव साहित्यासाठी समर्पण दाखवतात. खांडेकर डॉ. भालेरावांच्या त्या गुणांचा आदर करताना दिसतात.

असेच त्यांचे दुसरे स्नेही खंडेराव दौंडकर. त्यांच्यासह वा. रा. ढवळे, वि. ह. कुलकर्णी, वामनराव चोरघडे, कुसुमाग्रज, बा. भ. बोरकर, शेष, ग. त्र्यं. माडखोलकर, कवी यशवंत, प्रभाकर पाध्ये असे सारे मित्र एकत्र येऊन, सतत लिहून 'ज्योत्स्ना' सारखं मासिक यशस्वी करतात. डॉ. भालेराव व ॲड. दौंडकर या व्यवसायाने भिन्न असलेल्या मित्रांतील अनेक गोष्टींतील समानता वाचकाला चकित करते. वा. रा. ढवळेही आपली पोस्टातील नोकरी करत साहित्यिक उपक्रमांसाठी आयुष्यभर झीज सोसतात हे पाहिलं की, त्या पिढीचं समाजभान आज दुर्मीळ वाटल्याशिवाय राहात नाही. त्यांच्या सेवानिवृत्तीच्या निमित्ताने लिहिलेला लेख औपचारिक निमित्ताने लिहिलेलं अनौपचारिक हितगुज बनलं.

वि. स. खांडेकरांनी आपल्या जीवनात साहित्याबरोबर चित्रपटसृष्टीतही दीर्घकाळ (सन १९३६ ते १९६२) – २६ वर्षे – मुशाफिरी केली. या काळात त्यांचा मराठी, हिंदी, तमीळ, तेलगू चित्रपटसृष्टीशी संबंध आला. वि. स. खांडेकरांच्या पटकथांवर वरील चार भाषांत तब्बल २८ चित्रपट तयार झाले हे फार कमी मराठी वाचक जाणतात. त्याचा सविस्तर वृत्तांत आपणास 'खांडेकर रजत स्मृती पुष्प' मालिकेत संपादित 'अंतरीचा दिवा' या पटकथा संग्रहात मी दिला आहे. तो जिज्ञासूंनी अवश्य वाचावा. जेणेकरून खांडेकरांच्या चित्रपटसृष्टीतील योगदानाची जाणीव होईल. या क्षेत्रात वि. स. खांडेकर आले ते मास्टर विनायक व बाबूराव पेंढारकरांमुळे. त्यांनी 'हंस' चित्रपट कंपनी स्थापन केली होती. त्या निमित्ताने खांडेकरांचा मास्टर दीनानाथ मंगेशकर, लता मंगेशकर, दादा साळवी, वामनराव कुलकर्णी प्रभृतींशी स्नेह जुळून आला. त्यांच्या आठवणी व ऋणानुबंधांचा तपशील आपणास या व्यक्तींवरील लेखांतून मिळतो. चित्रपटसृष्टी केवळ चंदेरी दुनिया असत नाही. चित्रपट समाजधारणेचं नि परिवर्तनाचं मोठं साधन. दुर्दैवाने त्याचा उपयोग केवळ मनोरंजनासाठी होत राहिल्यानं त्यास व्यावसायिक रूप आलं. पण मराठी चित्रपटसृष्टीच्या प्रारंभीच्या काळात मास्टर विनायकांसारखा दिग्दर्शक, निर्माता, अभिनेता लाभल्यानं त्यांनी मनोरंजन व समाज घडणीचा प्रयत्न आचार्य अत्रे, वि. स. खांडेकर, चिं. वि. जोशी यांना घेऊन केला. खांडेकरांच्याच शब्दांत सांगायचं तर ''दिग्दर्शक या नात्याने विनायकांचे व्यक्तित्व मोठे संपन्न होते. साहित्याविषयी त्यांना अपार प्रेम होते. त्यांनी खूप वाचले होते, पचवले होते. ते जेवढे रसलुब्ध तेवढेच चोखंदळ होते. मनाने हळुवार, वृत्ती काव्यात्म पण ही काव्यात्मकता आत्मकेंद्रित नव्हती. तिला सामाजिक सुख दु:खांच्या उत्कट जाणिवेची बैठक होती.'' मास्टर विनायक हे मूळ मास्टर विनायक होते. कोल्हापूरच्या भक्ती

सेवा विद्यापीठात शिकवत. शिक्षकीपेशा सोडून चित्रपटसृष्टीत जाताना शाळेनं योजलेल्या निरोप समारंभात विद्यार्थ्यांना उद्देशून ते म्हणाले होते की, ''माझा शिक्षकाचा पेशा बदलला जाणार नाही. यापुढे काळ्या फळ्याची जागा रूपेरी पडदा घेईल.'' या भूमिकेतून मास्टर विनायकांनी चित्रपटसृष्टीस समाज बदलाचं साधन बनवलं. नटवर्य बाबूराव पेंढारकरांनी त्यांना साथ दिल्यामुळेच वि. स. खांडेकर त्यांना 'हंस'चे प्रमुख शिल्पकार मानतात. चित्रपटसृष्टी आपलं जग नव्हे म्हणून ठाम नकार देण्याचा निश्चय केलेल्या खांडेकरांचा होकार मिळवण्याचं श्रेय जातं ते बाबूराव पेंढारकरांच्या दिसण्या-वागण्याला नि मोजकं, रेखीव बोलण्याला. 'बाबूरावांची कलात्मक समज वरच्या दर्जाची होती, तितकीच त्यांची व्यावसायिक वृत्तीही खंबीरपणाची होती' म्हणून त्यांना खांडेकर 'हंस'चे प्रमुख शिल्पकार मानत.

लता मंगेशकरांच्या चित्रपटसृष्टीतील रौप्य महोत्सवाच्या निमित्ताने सन १९६७ मध्ये एक गौरविका प्रकाशित करण्यात आली होती. त्यात वि. स. खांडेकरांनी 'लता? छे, कल्पलता' शीर्षकाने लिहिलेला आत्मीय लेख मंगेशकर कुटुंबीय व खांडेकर यांच्यातील कौटुंबिक संबंधांवर प्रकाश टाकणारा आहे. मास्टर विनायकांमुळे लता मंगेशकर चित्रपटसृष्टीत आल्या त्या खांडेकरांच्या 'माझं बाळ' चित्रपटातून. लता मंगेशकरांना त्यांनी प्रथम पाहिलं ते 'सरकारी पाहुणे' च्या सेटवर. मास्टर दीनानाथ व मास्टर विनायकांच्या जाण्यानंतर लता मंगेशकरांनी आपली आई व चार भावंडांना घेऊन मुंबईसारख्या महानगरात रात्री-अपरात्री बस, लोकलने प्रवास करत घर-स्टुडिओचा केलेला प्रवास वाचत असताना त्यांनी केलेल्या संघर्षाची व घेतलेल्या कष्टांची जाणीव होते. या लेखात एका रात्री अशोककुमारनी त्यांना स्टेशनपर्यंत दिलेल्या लिफ्टचा प्रसंग वाचला की, तत्कालीन चंदेरी दुनिया किती सभ्य व सौजन्यशील होती याची कल्पना येते. लता मंगेशकर खांडेकरांच्या उतारवयात त्यांचे जे पितृतुल्य आतिथ्य करतात त्यातूनही मंगेशकर कुटुंबाचे चरित्र व संस्कार स्पष्ट होतात. हृदयनाथ मंगेशकर मराठी चित्रपट निर्मिते झाले ते खांडेकरांच्या 'माणसाला पंख असतात'च्या पटकथेमुळे हे वाचून आश्चर्य वाटायला नको इतकी जवळीक या दोन कुटुंबांत होती.

मराठी चित्रपटसृष्टीतील चरित्र अभिनेते दादा साळ्वी, निर्मिते-दिग्दर्शक वामनराव कुलकर्णी, नी. गो. पंडितराव यांच्यावरील लेखही असेच आपुलकीने ओथंबलेले आहेत.

'जीवनशिल्पी' मध्ये प्रा.रा.ना. जोशी व बन्याबापू कमतनूरकर या दोघांवरील लेख म्हणजे वि. स. खांडेकरांचं स्वत:चं बालपणविषयक स्मरणरंजन होय. राजाभाऊ जोशी, बन्याबापू हे त्यांचे शाळकरी मित्र; पैकी राजाभाऊ हे अभ्यासू तर बन्या खट्याळ. बालपणी अभावित जडलेली मैत्री वाढाळू वयात औपचारिक होत

राहाते. प्रत्येकाचे जीवनमार्ग भिन्न होतात. प्रसंगपरत्वे भेटीत बालपणीच्या मैत्रीचा आठव कुणाला भावुक नाही करीत? या साऱ्या उतार-चढावांचं चित्रण या लेखांतून आढळतं नि मित्रांसाठी केलेले त्याग, अबोले यांतून जीवनाचा एक अनोखा पट उलगडतो. तो वाचताना प्रत्येक वाचकास आपलं बालपण, बालमित्र, बालललीला, चेष्टामस्करी आठवल्याशिवाय राहणार नाही. माणसाचं जीवन मैत्रीतून उमलतं. तरुण वयात ते आकारतं. जीवनाच्या उत्तरायणात त्याची इतिश्री होत असते. अशा सर्व जीवन शिल्पकारांचं अस्तित्वच आपलं आयुष्य बनवत-बिघडवत असतं.

मैत्रीइतकंच महत्त्व जीवनात नात्यांना असतं. डॉ. रा. ह. भडकमकर हे वि. स. खांडेकरांचे मावसभाऊ. ते गंधर्व नाटक मंडळीचे डॉक्टर. डॉ. भडकमकरांनीच खांडेकरांच्या आई व भावास (शंकर) शेवटपर्यंत सांभाळलं. खांडेकर त्यांना दादा म्हणत. डॉ. भडकमकरांनी मिरज, पुणे, मुंबई इथं प्रॅक्टिस केली. रुग्णसेवेबरोबरच त्यांचा विद्यापीठ, हायस्कूल, नॅशनल मेडिकल कॉलेज, लोकमान्य दैनिक, आयुर्वेद रसशाळा, कॅनरा पेपर मिल्स, फलटण साखर कारखाना इ.च्या स्थापनेत, उभारणीत, विकासात सिंहाचा वाटा होता. डॉक्टरी व्यवसाय त्यांनी सामाजिक समतेचा पुरस्कार करत सांभाळला. जातीभेदाच्या उच्चाटनार्थ योजलेल्या सामूहिक भोजनात सहभागी होऊन त्यांनी आपलं आधुनिकपण सिद्ध केलं होतं. अंतर्मुख वृत्ती, चिंतनशील स्वभाव, विवेकी वर्तन यांमुळे डॉ. भडकमकर हे खांडेकरांचे आराध्य होते. पुण्या-मुंबईत ते डॉ. भडकमकरांकडेच राहात. औषध-उपचारही त्यांच्याकडेच असत. ‘छाया’ बोलपटाच्या पटकथेची निर्मिती डॉ. भडकमकरांच्या घरीच झाली. अशा अनेक घटनांतून वि. स. खांडेकर त्यांचं मोठेपण अधोरेखित करतात. शिवाय त्यांच्याबद्दलचा आदरही. या लेखाचं मूळ शीर्षक ‘देव तेथेचि जाणावा’ यातूनही ‘दिव्यत्वाची जेथे प्रचिती, तेथे कर माझे जुळती’ चा प्रत्यय येतो. सदरचा लेख जसा एक कृतज्ञ स्मरण आहे तशी एक विनम्र उतराईही आहे.

मैत्री, नाती यापलीकडे ‘समाजघर’ नावाचं एक माजघर असतं. मनुष्याला व्यापक आधार देणारं हे घर स्वगृहाइतकंच महत्त्वाचं. तुमच्या जीवनास बाह्य अस्तित्व नि भान देणारं हे घर शिक्षण, समाजपरंपरा, प्रथा, चालीरीती इ. देत तुमचं जगणं व्यापक बनवतं. या घरात परहितार्थ झटणाऱ्या प्रभाकरपंत कोरगावकर, व्ही. टी. पाटील, श्रीमती भागिरथीबाई गद्रे, कै. घ. आ. आजगावकर प्रभृतींविषयी वि. स. खांडेकरांच्या मनात आदरभाव निर्माण होतो तो त्यांच्या समाजशील वृत्ती व सेवाव्रती धर्मामुळे! प्रभाकरपंत कोरगावकर संत दामाजीच्या उदारतेने महात्मा गांधींचे विचार आचारधर्म बनवतात. स्वत:च्या संपत्तीचा विश्वस्तनिधी बनवतात. भारतात रचनात्मक कार्य करणाऱ्या सर्व गांधीवादी, सर्वोदयी, समाजवादी संस्था व कार्यकर्त्यांचा ते आधारवड बनतात. व्ही. टी. पाटील हे बहुजन समाजातील मुली

शिकाव्यात म्हणून ताराराणी विद्यापीठाची उभारणी करतात. भारतास मिळालेल्या स्वातंत्र्याचं सुराज्य नि स्वराज्यात रूपांतर करायचं तर ग्रामीण भारत विकसित व परावर्तित व्हायला हवा म्हणून महात्मा गांधींचा 'खेड्याकडे चला' हा आदेश प्रत्यक्ष कृतीत उतरवण्यासाठी गारगोटी (जि. कोल्हापूर)सारख्या दुर्गम भागात डॉ. जे. पी. नाईक, डॉ. चित्रा नाईक, आचार्य स. ज. भागवत, आचार्य शं. द. जावडेकर प्रभृती ध्येयवादी कार्यकर्त्यांना घेऊन 'श्री मौनी विद्यापीठ' या भारतातल्या पहिल्या ग्रामीण विद्यापीठाचे स्वप्न उरी बाळगून आयुष्य पणाला लावतात. 'कोकणच्या ताई' म्हणून गौरव प्राप्त झालेल्या श्रीमती भागिरथीबाई गद्रे आडगावी अडलेल्या बाळंतिणीची सोडवणूक करण्यासाठी सोवळं ओवळं न करता जात धर्म खुंटीला टांगतात, ते ही अल्प शिक्षण असताना नि देवरूख परिसरासारख्या कोकणच्या दुर्गम भागात. घ. आ. आजगावकर खांडेकरांना खेड्यातच शिक्षक व्हायचंय असं कळाल्यावर शिरोड्याला घेऊन जातात. अष्टौप्रहर दारिद्र्य व अंधश्रद्धेत खितपत पडलेल्या पंचक्रोशीतील सामान्यातल्या सामान्य मुलांना शिक्षणाचा नंदादीप देऊन जीवनाचा दीपस्तंभ दाखवणाऱ्या जीवनशिक्षणाचा ओनामा करतात. ते करताना ऊन-पावसाची पर्वा न करता पंचवीस मैलांची सायकल रपेट नित्य करणारे आजगावकर गुरुजी म्हणजे कर्मठ सेवाव्रती शिक्षक. या सर्वांपासून खांडेकरांना काही ना काही मिळत राहातं नि जीवन समृद्ध होतं. हे जीवन शिल्पकारही छोटे असले तरी खांडेकरांना गांधींइतकेच थोर वाटत राहातात हे वाचलं की, खांडेकरांच्या उदारतेचं कौतुक वाटतं.

दि. १३ जुलै, २०१३   **डॉ. सुनीलकुमार लवटे**

अनुक्रम

---

* मूळ लेखशीर्षके ग्रंथानुकूल करण्यात आली आहेत. मूळ लेखशीर्षकांसाठी परिशिष्ट 'पूर्वप्रसिद्धी' सूची पहावे.

१

साहित्य संघटक, संपादक : डॉ. अ. ना. भालेराव

माझी मुंबईतील बहुतेक कामं झाली होती. जाण्यापूर्वी डॉ. भालेरावांना भेटावं. घटका-दोन घटका त्यांच्या रुग्णशय्येशी बसावं आणि ते, माडखोलकर व मी यांनी ज्याचं संपादन करण्याचा संकल्प सोडला होता त्या कोल्हटकरांवरील ग्रंथाच्या कामाची पुढील हालहवाल त्यांच्या कानी घालावी, म्हणून २५ ऑगस्ट, गुरुवार रोजी सकाळीच त्यांची प्रकृती कशी आहे ते मी फोनने विचारलं, 'ते साधारण बरे आहेत, तुम्ही तुमच्या सवडीने या.' असं उत्तर आलं. मी दुपारी ३ वाजता त्यांच्याकडे जायचं ठरवून इतर कामांची आवराआवर करू लागलो. त्यामुळे दुपारी दीड वाजता 'डॉक्टर गेले' असे सांगत एक मनुष्य आला, तेव्हा क्षणभर माझा स्वत:च्या कानांवर विश्वासच बसेना. डॉक्टर बापूसाहेब भालेराव गेले सात-आठ महिने अंथरुणावर खिळले होते, त्यांचं एकेकाळचं दणकट शरीर नाना प्रकारच्या रोगांशी झगडा करून दुर्बल झालं होतं. अलीकडे त्यांची प्रकृती अगदी तोळामासा झाली होती ही गोष्ट खरी, पण त्यांचं देहावसान इतक्या लवकर व असं अचानक होईल ही कल्पनाच काही केल्या माझ्या मनाला खरी वाटेना! ते तडफडत, तळमळत म्हणत होते. 'मृत्यू हा मानवी शरीराचा अंतिम, अपरिहार्य धर्म असेल पण त्या मनाचं बळ शरीरबळाच्या शतपटीनं अधिक असतं किंबहुना त्या मनोबळावरच इतरांना दुर्घट वाटणारी कामं ज्या व्यक्ती हसत पार पाडत असतात त्यांपैकीच डॉक्टर एक होते. अशी माणसं काही हास-भास नसताना अचानक जगातून निघून जाणार नाहीत! ती विजेप्रमाणे चमकतील, विजेप्रमाणे कडाडतील पण विजेप्रमाणे लोप पावणार नाहीत!

डॉक्टरांनी जीवनाच्या अर्ध्या डावावरून उठून जाऊ नये अशी आम्हा सर्वांची

डॉ. अ. ना. भालेराव । १

उत्कट इच्छा होती, एवढाच याचा अर्थ! कारण मनुष्य कितीही कर्तबगार झाला तरी अंती तो काळपुरुषाच्या हातातील खेळणंच असतो! त्याच्या मनाचं बळ उदंड असलं तरी शेवटी शरीर त्या मनावर मात करतं.

सुन्न मनाने मी डॉक्टरांच्या निवासस्थानाकडे जायला वळलो. विठ्ठलभाई पटेल रोडवरील त्यांचा 'नारायणनिवास' जसजसा जवळ येऊ लागला, तसतशी माझी पावलं अधिक जड पडू लागली. नारायणनिवासच्या पहिल्या मजल्याच्या पायऱ्या मी मोठ्या कष्टाने चढलो; प्रत्येक पायरी डॉक्टरांच्या दोन-अडीच तपांच्या रसिक, उदार, प्रेमळ आणि कर्तृत्वपूर्ण जीवनकर्माची आणि त्यांच्या अतुल सुहृदय स्वभावाची आठवण करून देत होती. जवळजवळ तीस वर्षांपूर्वीची ती रात्र. पंडितराव नगरकर त्यावेळी गायक म्हणून नुकतेच उदयाला येऊ लागले होते. 'जाके कान्हा' हे त्यांचं गोड गाणं याच नारायणनिवासच्या वरच्या मजल्यावर गुरूवर्य श्रीपाद कृष्ण कोल्हटकर, अच्युतराव कोल्हटकर, केशवराव भोळे इ. रसिकांच्या मेळाव्यात मी ऐकलं होतं. त्या रात्रीची पाहुण्यांच्या स्वागतात आणि सरबराईत गढून गेलेली डॉक्टरांची तरुण उत्साही मूर्ती माझ्या डोळ्यांसमोर उभी राहिली. दिलखुलास तीन मजली हसणं या वास्तूत आता पुढे पुन्हा कधीही ऐकू येणार नाही, या कटू सत्याच्या जाणिवेने मी अगदी व्याकूळ होऊन गेलो.

जवळ-जवळ तीन तपांपूर्वी भालेरावांचा नि माझा परिचय झाला. त्यावेळी ते डॉक्टर नव्हते आणि मी नुकता कुठे दक्षिण कोकणातील कोपऱ्यातल्या शिरोड्यात मास्तर झालो होतो. पण भालेरावांच्या रक्तात उत्कट साहित्यप्रेम होतं आणि १९२० चं महाराष्ट्राचं वातावरण जसं गांधीजींच्या असहकारितेने प्रज्ज्वलित केलं होतं तसं ते साहित्य सुगंधानेही दरवळत होतं. अवघ्या अठरा वर्षांच्या भालेरावांनी १९२० झाली 'अरविंद' मासिक काढलं. वैद्यकीय अभ्यासाकरिता त्यांनी 'नॅशनल मेडिकल कॉलेज' मध्ये नाव घातलं. या दोन्ही गोष्टी त्या वातावरणाशी भालेराव किती समरस झाले होते याच्या द्योतक आहेत.

अठरा वर्षांच्या पोरसवदा संपादकाने आपल्या मासिकाकरिता आपल्याच वयाचे लेखक शोधून काढावे यात नवल कसलं? साहजिकच मी 'अरविंद'चा लेखक झालो. केशवसुतांचं छायाचित्र, हस्ताक्षर आणि मृत्युदिन या गोष्टींबाबतची चर्चा 'अरविंद'नेच प्रथम सुरू केली असं मला वाटतं. या एकाच गोष्टीवरून 'अरविंद'च्या विशी न ओलांडलेल्या संपादकाला साहित्यविषयक गोष्टींत स्वभावतःच किती रस वाटत होता, याची कल्पना येईल.

'अरविंद' मासिक फार काळ चाललं नाही पण त्याने विशीतले भालेराव आणि पन्नाशीतले श्रीपाद कृष्ण कोल्हटकर यांचा संबंध जुळून आला. भालेरावांच्या स्वभावातील भक्तिगुण आणि श्रीपाद कृष्णांच्या स्वभावातला वात्सल्य गुण

यांच्यामुळे या व्यावहारिक संबंधांचं लवकरच घरगुती, घनिष्ठ संबंधांत रूपांतर झालं. कोल्हटकरांचे जुने-नवे शिष्य व लहान-थोर मित्र यांच्या येण्याजाण्याने स्नेह जोडायला व तो टिकवायला लागणारे सर्व गुण बापूसाहेबांच्या अंगी असल्यामुळे भालेरावांचं घर हे नकळत काव्यकलाविनोदाचं केंद्र बनलं.

भालेराव पुढे यशस्वी डॉक्टर झाले. मुंबईला गेल्यावर सवड झाली की, विल्सन हायस्कूलजवळच्या त्यांच्या दवाखान्यात मी एखाद्या वेळी संध्याकाळी सहज फेरी टाकीत असे. पण मला तोंडाला कुलूप लावून बसायची पाळी येई. डॉक्टर रोग्यांच्या– यामध्ये गुजराथी मंडळी बरीच असत हे विशेष – चक्रव्यूहात सापडलेले असत आणि औषधांचे नाना प्रकारचे उग्र, अप्रिय दर्प 'इथे तुझं काही काम नाही!' असंच जणू काही मला बजावीत असत.

वैद्यकीच्या व्यवसायाप्रमाणे क्रिकेटच्या क्रीडांगणावरही डॉक्टर पूर्व वयात चमकले. त्यांचं क्रीडाविषयक लेखन मोठं मार्मिक व चटकदार असे. त्यांचा क्रिकेटचा खेळ मी कधी पाहिलेला नाही पण क्रीडांगणावर ते कधी टुकुटुकू खेळले असतील असं मला वाटत नाही. ती कल्पनाच मला अस्वाभाविक वाटते. तिथेही ते टोलेबाजीच करीत असावेत. काहीतरी मिळमिळीत करून समाधान मानावं अशी त्यांच्या मनाची ठेवणच नव्हती. भव्य, उत्कट आणि दिपविणारं असं जे काही असेल त्याचं त्यांना जबरदस्त आकर्षण वाटे. या स्वभावविशेषामुळे मुळातच जोमदार असलेला त्यांच्या मनातला साहित्यभक्तीचा अंकुर भराभर वाढत गेला. मुंबईत मराठी साहित्याच्या अभिवृद्धीला आवश्यक असं आधारस्थान नाही हे लक्षात येताच त्यांनी १९३४ साली 'मुंबई मराठी साहित्य संघाची' कल्पना काढली आणि अनेक सहकाऱ्यांच्या सहाय्याने ती हा हा म्हणता साकार केली. 'संकल्प आणि सिद्धी यांच्यामध्ये ईश्वरी इच्छा उभी असते' हे गडकऱ्यांचं सुभाषित डॉक्टरांना ठाऊक नव्हतं असं नाही. पण त्यांच्या कोशात ईश्वरी इच्छा हा शब्दच नव्हता! कड्यावरून खाली कोसळणाऱ्या प्रवाहाचा वेग हा त्यांच्या वृत्तीचा स्थायीभाव होता. जी गोष्ट मनात आली, ती कितीही अडचणी आल्या तरी जनात उतरलीच पाहिजे, असा त्यांचा बाणा होता.

डॉक्टरांच्या या करारी व कार्यनिष्ठ वृत्तीमुळे १९३४ साली स्थापन झालेला मुंबई मराठी साहित्य संघ एका दशकाच्या आत महाराष्ट्रभर गाजू लागला. केवळ मुंबई व उपनगरं यांतील साहित्यिक व साहित्यविषयक चळवळींचंच नव्हे तर मराठी साहित्याशी संबंध असलेल्या सर्व मंडळींसाठी तो माहेरघर बनला. टोलेजंग संमेलनं, ठिकठिकाणाच्या विद्वानांची विविध विषयांवरील व्याख्यानं, संघदिनाच्या निमित्ताने प्रमुख साहित्यिकांचा परामर्श, वा. म. जोशी स्मृतिदिन साजरा करण्याकरिता होणारी व्याख्यानमाला या मालेमुळे निर्माण झालेले टीकाग्रंथ, साहित्य द्वैमासिक –

भालेरावांचं नेतृत्व व प्रोत्साहन यांच्या आधारे संघाने केलेली अशी किती कार्ये सांगावीत?

एखादी मोठी नदी दोन पात्रांतून वाहू लागावी त्याप्रमाणे १९४३ पासून साहित्य आणि नाट्य या दोन्हीच्या प्रगतीकरिता डॉक्टर आपलं सारं साहित्य पणाला लावून धडपडू लागले. त्या वर्षी सांगलीला मराठी रंगभूमीची शंभरी साजरी झाली पण तो नाट्यकलेला १०० वर्षे पुरी झाल्याचा आनंदोत्सव आहे की शंभर वर्षं भरल्यामुळे तिचा शेवटचा निरोप घेण्याचा दुःखद समारंभ आहे, असा विचार मनात येण्याजोगी त्यावेळी रंगभूमीची परिस्थिती होती. नाटक मंडळींचे संसार संपुष्टात आले होते. चांगले गुणी नट बेकार झाले होते, नाट्यक्षितिजावर नवा अभिजात नाटककार उदयाला येईल असलं कुठलंच प्रसादचिन्ह दिसत नव्हतं आणि नाट्यगृहंच नाहीशी झाल्यामुळे जवळ-जवळ एक शतक राजवाड्यात राहिलेली रंगभूमी रस्त्यावर येऊन पडली होती. झुंझार डॉक्टर भालेरावांनी निस्तेज आणि निर्वासित रंगभूमीला पुन्हा पूर्वीच्या वैभवात उभी करण्याचं कंकण बांधलं. साहित्य संघ प्रतिवर्षी डोळे दिपविणारे नाट्यमहोत्सव साजरे करू लागला. दुर्गाबाई खोट्यांसारखी अव्वल दर्जाची अभिनेत्री आणि या उत्सवांमुळेच शिरवाडकरांसारखा पहिल्या प्रतीचे काव्यगुण असलेला नाटककार मराठी रंगभूमीला मिळाले. एका मोठ्या दिव्यावर अनेक लहान दिवे लावावेत त्याप्रमाणे या उत्सवातून साऱ्या महाराष्ट्राने प्रेरणा घेतली. ठिकठिकाणी नाट्यमहोत्सव साजरे होऊ लागले. गतवर्षं (१९५४) दिल्लीच्या अखिल भारतीय उत्सवात 'भाऊबंदकी' ने प्रथम क्रमांक पटकाविला. नाट्यक्षेत्रात महाराष्ट्राचे घोडे अटकेचं पाणी प्यायले. या विजयाचं श्रेय जसं खाडिलकरांच्या तेजस्वी प्रतिभेला आणि केशवराव दाते, दुर्गाबाई खोटे प्रभृती गुणी कलाकारांना आहे. तसंच ते डॉक्टर भालेरावांच्या कष्टांना, कुशलतेला आणि कर्तृत्वालाही आहे.

नवा काळ हा केवळ कवित्वाचा, विद्वत्तेचा किंवा वक्तृत्वाचा नाही, सुव्यवस्थित संघटनेशिवाय या गुणांचं तेज यापुढे नीट चमकू शकणार नाही, हे डॉक्टरांनी पुरेपूर ओळखलं होतं. अशी संघटना निर्माण करण्याच्या कामी त्यांनी आपलं सारं आयुष्य वेचलं.

या कर्तृत्वाच्या मागे उभं असलेलं व्यक्तित्व जितकं विलक्षण तितकंच विलोभनीय होतं. अस्सल मराठी मनाचा तो एक दुर्मीळ नमुना होता. साहस आणि व्यावहारिक बुद्धी, कणखरपणा आणि प्रेमळपणा, उतावळेपणा आणि कार्यकुशलता, पराक्रमशीलता आणि प्रसिद्धीपराङ्मुखता यांचं मोठं मनोहर मिश्रण डॉक्टरांच्या व्यक्तिमत्त्वात झालं होतं. दोन-तीन वर्षांपूर्वी ते कोल्हापूरला आले असताना 'पण लक्षात कोण घेतो?' या हरिभाऊंच्या कादंबरीला मी नाट्यरूप द्यावं असा त्यांनी हट्ट

धरला. एखाद्या अव्वल दर्जाच्या जुन्या कादंबरीचं नाटकात रूपांतर करण्याचा नवा प्रयोग त्यांना करून पाहायचा होता. निरनिराळी कारणं सांगून मी त्यांना नकार दिला तेव्हा ते माझ्यावर फार रागावले. पण गेल्या डिसेंबरात माझी धाकटी मुलगी मुंबईला आजारी आहे हे कळताच तिला तपासण्याकरिता ते तातडीने उठून गेले. ती उतरली होती तिथे लिफ्ट सुरू नसली तर आपल्याला चार जिने चढावे लागतील (अलीकडे डॉक्टरांनी त्यांना जिने चढण्यास बंदी केली होती) हा विचार क्षणभरसुद्धा त्यांच्या मनाला शिवला नाही.

असलं उत्कट व्यक्तित्व मध्यमक्रमाच्या मार्गाला कसं चिकटून राहाणार? देवाला एखादं फूल वाहावं त्याप्रमाणे डॉक्टरांनी अलीकडे साहित्य आणि नाट्याच्या प्रगतीला आपलं जीवन वाहिलं होतं. आपल्या आवडीचं क्षेत्र निवडायचं आणि धंद्याची, पैशाची, प्रपंचाची, प्रकृतीची कशाचीही पर्वा न करता त्या क्षेत्रात आमरण काम करत राहायचं अशीच महाराष्ट्रातील कार्यकर्त्यांची गेल्या चार पिढ्यांची परंपरा आहे. त्या परंपरेत उठून दिसावं असं कार्य भालेरावांनी केलं. अशा निःसीम निष्ठेमुळेच संघ मंदिराचं लाखो रुपयांच्या खर्चाचं काम त्यांनी हिरिरीनं अंगावर घेतलं आणि ते अंशतः का होईना पार पाडलं. या कार्याच्या ध्यासात रात्रीचा दिवस, हाडाची काडं आणि रक्ताचं पाणी करून ते राबले. आपल्या साऱ्या कुटुंबाला त्यांनी या कामाला जुंपलं. अंथरुणाला खिळल्यावर सुद्धा ते त्या कार्याचीच काळजी वाहात राहिले. दिव्यातलं तेल संपत आलं होतं. पण वात पूर्वीसारखीच जळत होती. तिचा प्रकाश शेवटच्या क्षणापर्यंत कायम होता.

डॉक्टर संघ मंदिराचं काम पूर्ण होईपर्यंत तुमचा आत्मा त्याच्या भोवती घुटमळत राहील, हे तुमच्या सहकाऱ्यांना ठाऊक आहे. लढाईत पडलेल्या सेनापतीच्या आत्म्याला विजयानेच समाधान मिळतं, याचीही त्यांना जाणीव आहे. त्यांच्याकरवी तुमचं कार्य महाराष्ट्र तडीला नेईल पण मानवी कुडी अशी दुबळी आहे! ती पुन्हा पुन्हा हुरहुरते आणि म्हणते, 'हे कार्य पूर्ण झालेलं पाहाण्याकरिता, पत्नी आणि मुलं यांच्याकरिता, आपल्या असंख्य स्नेह्यांकरिता आणि मराठी नाट्य आणि साहित्य यांच्याकरिता तुम्ही आणखी काही काळ राहयला हवे होते.'

✴ ✴ ✴

२

निर्भर स्नेहनिर्झर : खंडेराव दौंडकर

मैत्री कशी जमते किंवा स्नेह कसा जुळतो या प्रश्नाचं उत्तर देणं फारसं सोपं नाही. स्त्रीपुरुषामधलं प्रेम कसं निर्माण होतं हे एक वेळ व्यवस्थितपणे सांगता येईल. कवी, नाटककार, कादंबरीकार वगैरे मंडळी स्त्रीपुरुष प्रथमदर्शनीच परस्परांकडे आकृष्ट होतात, या नैसर्गिक गोष्टीचा फायदा घेऊन आपल्या जबाबदारीतून मोकळी होतात. काव्यानंदाच्या आस्वादासाठी रसिक वाचक त्यांचं हे गृहीत कृत्य मान्य करतात. पण प्रेम काय किंवा स्नेह काय अशा भावनांचा गोफ मोठ्या नाजूक व संमिश्र रीतीनं विणला जातो. भवभूतीसारखा श्रेष्ठ कवी 'प्रीती बाह्य उपाधीवर अवलंबून नसते' असं म्हणतो त्याचं कारण हेच आहे.

प्रेम, स्नेह, जीवश्चकंठश्च मैत्री इत्यादींचं जीवनात जे रेशमी जाळं विणलं जातं, त्याच्याशी नियतीचा किंवा योगायोगाचा संबंध नाही असं कोणी म्हणू शकेल? मी सांगलीत जन्माला आलो नसतो तर प्रा. रामभाऊ जोशी यांसारख्या– गेल्या पाच साडेपाच तपांचा माझ्या या बालमित्राचा अकृत्रिम स्नेह मला कसा लाभला असता? हा योगायोगाचा भाग तरुणपणी लाभणाऱ्या स्नेह्यांच्या बाबतीतही प्रचीत होतो. मला अशा रीतीनं लाभलेल्या जिवलग मित्रांपैकी खंडेराव दौंडकर हे एक होत.

दौंडकर मुंबईकर, मी कोकणातला एक खेडवळ. ते मराठे, मी ब्राह्मण. ते हसत खेळत एम. ए., एलएलबी. होऊन हायकोर्टात वकिली करू लागलेले; मी रडत कुढत इंटरपर्यंत जाऊन खेड्यातली मास्तरकी पत्करलेली; ते केवळ सुखवस्तूच नव्हे तर संपन्न स्थितीतले; मी ज्याचं रानात शेत नाही, गावात घर नाही असा मनुष्य. अशा स्थितीत मुंबईचे दौंडकर व शिरोड्याचे खांडेकर या दोन व्यक्तींनी एकत्र यावं, परस्परांच्या अंत:करणापर्यंत पोचावं, परिस्थितीनं निर्माण केलेले सर्व

भेदभाव विसरावेत आणि पुढे अडीच तपं हा स्नेह एखाद्या नदीच्या पात्राप्रमाणे अधिक रुंद नि अधिक खोल होत जावा याची कारणं आपण शोधायला लागलो, तर ती सारीच हाताला लागतील असं नाही.

दौंडकरांचा आणि माझा स्नेह जुळून आला याचं एक प्रमुख कारण सांगता येईल, ते म्हणजे दोघांनाही असलेलं साहित्याचं उत्कट आकर्षण. दौंडकर झेवियर कॉलेजचे विद्यार्थी; काणेकर, वि.ह.कुलकर्णी वगैरे मंडळींचे विद्यार्थीदशेपासून स्नेही. माडखोलकरांच्यामुळे वि.ह.कुलकर्ण्याशी माझा परिचय झाला, घरोबा वाढला. याच सुमारास माझं कथालेखन जोमानं सुरू झालं होतं. माझ्या गोष्टी लोक आवडीने वाचू लागले होते. १९२६ साली मी कोल्हटकरांना प्रथम भेटलो तो मुंबईत. त्यानंतर साहित्यिकांत माझी ऊठबस सुरू झाली. अनेक नव्या ओळखी होण्याचे योग आले. दौंडकरांचा प्रथम परिचय त्या काळातच झाला तो मुख्यत: वि. ह. कुलकर्णींमुळे.

अशा ओळखी या पुष्कळदा मुक्या कळ्यांसारख्या ठरतात. त्या सुंदर दिसल्या तरी फुलत नाहीत. त्यांचा सुगंध कधी अनुभवायला मिळत नाही. दौंडकरांच्या बाबतीत मात्र असं घडलं नाही. ते स्वत: कथाकार होते. इंग्रजी साहित्याचं– त्यातल्या त्यात कथांचं व कथाविषयक वाङ्‌मयाचं– त्यांचं वाचन चांगलं होतं. ग्रंथसंग्रहही सुरेख होता. त्यांची माझी पहिली भेट कुठं, केव्हा झाली हे मला आठवत नाही. मात्र त्यांच्या घरी बसून, त्यांच्या संग्रहातील नाना प्रकारची पुस्तकं चाळण्यात मी घालविलेली एक दुपार माझ्या डोळ्यांसमोर जशीच्या तशी उभी आहे. लहान मुलाच्या हातात भला मोठा पेढ्यांचा पुडा द्यावा आणि त्यातले किती पेढे खाऊ आणि किती नको अशी त्याची स्थिती व्हावी तशी त्या दुपारी माझी अवस्था झाली होती. कथाकाराच्या चिंतनाला नाना प्रकारचं खाद्य पुरविणारी अशी पुस्तकं शिरोड्यात मला पाहायला मिळणं अशक्य होतं. माझ्या गोष्टी लोकांना आवडत होत्या हे खरं पण माझ्या कथालेखनातल्या वैगुण्यांची माझी मलाच जाणीव होऊ लागली होती. नेमके याच वेळी दौंडकर, व वि. ह. कुलकर्णी यांचे ग्रंथसंग्रह मला उपलब्ध झाले. भुकेल्या माणसापुढं कुणी तरी सुग्रास अन्नानं भरलेलं ताट ठेवावं तसा तो अनुभव होता!

दोन प्रवाह भिन्न दिशांनी वाहात यावेत आणि चटकन मिळून एकजीव व्हावेत तशी पहिल्या एक दोन भेटींतच दौंडकर व मी अगदी जवळ आलो. हवातसा पाऊस मिळाल्यामुळे एखादं रोप भरभर वाढावं तसा आमचा स्नेह झटकन वृद्धिंगत झाला. केवळ साहित्यविषयक पातळीवरच नव्हे तर सामाजिक गोष्टी व कौटुंबिक जीवन यांतही आमच्यामध्ये कोणत्याही प्रकारचा आडपडदा राहिला नाही. दौंडकरांचा स्वभाव विनोदी व स्नेहशील होता. कोल्हटकर संप्रदायाचं शिक्कामोर्तब यांच्या

वाणीवर व लेखणीवर झालं नसलं तरी शाब्दिक कोट्यांप्रमाणं शुद्ध विनोद, उपरोध हे सारंच विशेष त्यांच्या बोलण्यात आणि लिहिण्यात सहजतेनं प्रकट होत असत. आम्हा दोघांना जोडणारा हाही एक दुवा असावा.

१९३४ साली बडोद्याला मराठी साहित्य संमेलन भरलं. त्या संमेलनाचं वैशिष्ट्य म्हणजे मुख्य संमेलनाला जोडून ठेवलेली नऊ शाखा संमेलनं. या शाखा-संमेलनांत कथा विभागाचा अंतर्भाव होता. या कथाविभागाचा मी अध्यक्ष होतो, तेव्हा बडोद्याला आम्ही अनेक मित्रांनी मिळून जायचं ठरवलं. शेवटी एखादी क्रिकेटची टीम परदेशी सामन्याकरिता जावी त्याप्रमाणे आम्ही अकरा लोक मिळून बडोद्याला गेलो. या मंडळीत दौंडकरांप्रमाणं विठ्ठलराव कुलकर्णी व त्यांचे दोन रसिक बंधू होते. विल्सन कॉलेजात प्राध्यापक असलेले माझे मित्र वि. द. दाभोळकर व त्यांच्या पत्नी सौ. उषाताई होत्या. इराणात 'अँग्लो पर्शियन ऑईल कंपनी'त काम करणारे पण रजा घेऊन आलेले माझे मित्र दत्ताराम घाटे यांचाही या संचात अंतर्भाव झाला होता. बडोद्याचा आमचा तो दौरा सर्वांच्या दृष्टीने संस्मरणीय झाला. दौंडकर मला मुद्दाम जनरल नानासाहेब शिंद्यांकडे घेऊन गेले होते. त्या वेळी नानासाहेबांशी झालेला संभाषणात 'ललित लेखकांनी केवळ प्रेमाच्याच गोष्टी लिहीत बसू नये. ज्या देशाला आपल्या पायावर उभं राह्यचं असेल, त्याचा क्षात्रधर्मही फुललेल्या निखाऱ्याप्रमाणे सतत ज्वलंत राहिला पाहिजे. म्हणून त्या क्षात्रधर्माला पोषक असं काही लेखनही साहित्यिकांनी आवर्जून केलं पाहिजे.' अशा अर्थाचं त्यांचं प्रतिपादन अजून माझ्या स्मरणात आहे.

याच सुमाराला दौंडकरांचा कथासंग्रह प्रकाशित झाला. वकिलीच्या वाढत्या धंद्यामुळे व सामाजिक गोष्टींत रस घेण्याच्या प्रवृत्तीमुळे त्यांच्या हातून विपुल लेखन होणं शक्य नव्हतं. पण १९३०-३५च्या दरम्यान मराठी कथावाङ्मयाला जी अभूतपूर्व भरती आली होती आणि त्या भरतीत ज्यांच्या कथा आपल्या वैशिष्ट्याने डोळ्यात भरत होत्या त्यांत दौंडकर हेही एक होते. त्यांच्या कथांची शैली चटकदार आणि शेवटची कलाटणी मोठी मजेदार असे. त्यांनी जे कथाविषय टिपले तेही आपल्या विशिष्ट अनुभवसृष्टीतून. स्वतःचा विशिष्ट दृष्टिकोन स्पष्ट करणारे. 'कुत्र्याचा पट्टा'सारखी बालमनाचं हळुवारपणे चित्रण करणारी त्यांची कथा लोकप्रिय व्हावी हे स्वाभाविकच होतं. पण 'तिचा गुन्हा'सारख्या त्यांच्या काही कथाही त्या काळात वाचकांना चटका लावून गेल्या. 'मोत्यांची कुडी' या नावाने हा त्यांचा कथासंग्रह प्रसिद्ध झाला. त्या संग्रहाची प्रस्तावना मीच लिहावी असा दौंडकरांचा आग्रह होता. मला तो पुरा करावा लागला.

आम्हा दोघांच्या चढत्या वाढत्या स्नेहामुळे घडून आलेला याच वेळचा एक गंमतीदार प्रसंग सांगण्याजोगा आहे. माझे स्नेही दत्ताराम घाटे यांचं लग्न १९३५

च्या प्रारंभी पुण्यात झालं. लवकरच ते सपत्नीक इराणला जाणार होते. मुंबईच्या मित्रमंडळींसाठी माधवाश्रमात त्यांनी एक भोजनसमारंभ आयोजित केला. बडोद्याला संमेलनाला गेलेल्या आम्हा अकरा लोकांपैकी बहुतेक आणि बाबूराव कोल्हटकरांसारखे इतर चार-पाच मित्र या भोजनाकरिता एकत्र जमलो. भोजनोत्तर गप्पागोष्टी रंगात आल्या असताना माझी चौकशी करीत कोकणचे एक प्रसिद्ध कवी तिथे आले. ते मला भेटायला आले असावेत अशा समजुतीनं, मी त्यांना आमच्या गप्पाष्टकांच्या अड्ड्यात ओढू लागलो. पण ते गंभीर मुद्रेनं मला म्हणाले, 'माझं खासगी काम आहे तुमच्याकडे, जरा बाहेर चला.' त्यांचं माझ्याकडे काय खासगी काम असावं हे मला कळेना. एखाद्या समारंभाचं निमंत्रण द्यायला ते आले असावेत असा तर्क करीत मी त्यांच्याबरोबर बाहेर आलो. त्यांनी मला प्रश्न केला, 'दौंडकरांचं लग्न व्हायचं आहे ना?' मी मानेनं 'हो' म्हटले. ते पुढं म्हणाले, 'माझी बहीण लग्नाची आहे. तिच्यासाठी स्थळ शोधतोय मी.' त्यांचं म्हणणं माझ्या लक्षात आलं. पण १९३०- ३५ चा तो काळ. ब्राह्मणांतल्या कऱ्हाडे कोकणस्थांसारख्या पोटजातींतसुद्धा त्यावेळी सर्रास लग्ने होत नव्हती. हे कवी महाशय फार मोठे सुधारक म्हणून प्रसिद्ध नव्हते. त्यामुळं दौंडकरांच्या स्थळाचा त्यांनी का विचार करावा हे माझ्या लक्षात येईना. क्षणभर थांबून मी त्यांना प्रश्न केला, 'दौंडकर मराठे आहेत हे तुम्हाला ठाऊक आहे ना!' ते चपापून म्हणाले, 'छे! मुळीच नाही. दौंडकर तुम्हा सर्वांत इतके मिसळून गेले आहेत की, ते कऱ्हाडे ब्राह्मण आहेत अशा समजुतीनं मी तुम्हाला विचारायला आलो. मला या गोष्टीची कल्पना नव्हती' खांडेकर-दौंडकर या दोन आडनावांत असणाऱ्या अर्धवट उच्चार साम्यानं कविमहाराजांचा हा घोटाळा झाला असावा.

आम्ही सर्व मित्रमंडळी इतक्या खेळीमेळीनं साहित्यात आणि घरीदारी वावरत होतो की, त्यातून एखादा नवा साहित्यविषयक संकल्प अंकुरला नसता तरच नवल! तो अंकुर 'ज्योत्स्ना' मासिकाच्या रूपाने प्रकट झाला. मराठीत कुठल्याही मासिकाला लाभले नसतील इतके संपादक 'ज्योत्स्ने'च्या वाट्याला आले. संपादकांची फलटणच आम्ही उभी केली. मी, माडखोलकर, कवी यशवंत, वि. ह. कुलकर्णी, दौंडकर, वा. रा. ढवळे, प्रभाकर पाध्ये यांचं संपादक मंडळ बनवलं गेलं असलं तरी मी शिरोड्याला, माडखोलकर नागपूरला, यशवंत पुण्याला अशी आमची त्रिस्थळी यात्रा होती. साहजिकच 'ज्योत्स्ने'च्या कामाचा भार पडला तो मुख्यतः ढवळ्यांच्यावरच. ते मासिक दोन-तीन वर्षे बरं चाललं– बरं म्हणजे मजकुराच्या दृष्टीनं बरं – पैशाच्या दृष्टीनं नव्हे. ज्योत्स्नेनं आपला एक विशिष्ट वाचकवर्ग निर्माण केला. शेष, चोरघडे यांच्यासारखे कथाकार; बोरकर, कुसुमाग्रज यांच्यासारखे कवी आणि अनेक नव्या दमाचे तरुण लेखक 'ज्योत्स्ने'च्या परिवारात होते पण हा झाला

लेखनाचा भाग. 'ज्योत्स्ने'ची व्यवहाराची बाजू कसोशीनं बघायला आमच्यापैकी कुणीच मोकळं नसल्यामुळे शेवटी ध्येय आणि व्यवहार यांच्या टक्करीत जगात जे नेहमी घडतं तेच 'ज्योत्स्ने'च्या बाबतीतही झालं. ध्येयाचा पराभव झाला. रत्नाकर, प्रतिभा, पारिजात यांच्यासारखं 'ज्योत्स्ना' ही अल्पायुषी ठरलं. मात्र या मासिकाचं धोरण काय असावं यासंबंधी विठ्ठलराव कुलकर्णी यांच्या घरी रात्रभर रंगलेली एक कडाक्याची चर्चा जशी अद्यापि मला आठवते, तशीच दौंडकरांनी 'ज्योत्स्ने'विषयी लिहिलेली काही पत्रंही माझ्या स्मरणात आहेत. ते पत्रांतून वारंवार मला बजावीत 'ज्योत्स्ने'साठी आपल्या प्रकृतीला तुम्ही कोणत्याही तऱ्हेचा ताण पडू देऊ नये. माझ्या प्रकृतीच्या दुर्बलतेची दौंडकरांना जेवढी तीव्र जाणीव होती तेवढी माझ्याशी नित्य संबंध असणाऱ्या अनेकांना नसते असा माझा अनुभव आहे.

'ज्योत्स्ने'त सर्व संपादकांनी नियमितपणे लिहावं असं ठरलं होतं, तरी खुद्द दौंडकरही त्या बाबतीत काही करू शकले नाहीत. 'नको असलेल्या राजकारणात गुरफटल्यानं मला स्वास्थ्य व स्थैर्य मिळेनासं झालं आहे.' असे त्या वेळच्या त्यांच्या एका पत्रातले उद्गार अद्यापि माझ्या स्मरणात आहेत.

दुर्दैवानं दोन तपांच्या काळातही त्यांना हवं असलेलं हे स्वास्थ्य लाभलं नाही. त्यामुळं जेव्ह-जेव्हा त्यांची माझी गाठभेट होई तेव्हा-तेव्हा ते मोठ्या उत्साहानं काही लेखन करण्याचा संकल्प सोडीत, नाही असं नाही पण तो सिद्धीला जात नसे. वकिलीच्या व्यवसायातले अनेक गंमतीदार अनुभव सांगणारं एक आणि त्यांनी चालविलेल्या खटल्यांतल्या विविध स्वभावांच्या माणसांचं मनोविश्लेषण करणारं एक अशी दोन पुस्तकं त्यांना लिहायची होती. ही पुस्तकं त्यांच्या हातून लिहून झाली असती तर मराठी साहित्यात दोन अगदी निराळ्या आणि चटकदार पुस्तकांची भर पडली असती.

'मोत्यांची कुडी' हा कथासंग्रह प्रसिद्ध झाल्यावर त्यांचं कथालेखन मंदावत गेलं. पुढं तर ते पूर्णपणे थांबलं. १९४० च्या आसपास त्यांनी स्वतःचं 'सारथी' साप्ताहिक सुरू केलं. कुसुमाग्रज त्याचे सहसंपादक होते. दौंडकरही त्यात लिहित असत पण हे साप्ताहिक फार काळ तग धरू शकलं नाही. १९४१ साली मी सोलापूरच्या साहित्य संमेलनात अध्यक्ष झालो त्या वेळी माझ्यावर दौंडकरांनी लिहिलेला 'शापित देवदूत' हा लेख त्यांच्या माझ्याविषयीच्या प्रगाढ आत्मीयतेचा द्योतक होता.

१९३८ साली मी शिरोडे सोडून कोल्हापूरला आलो. कोल्हापूरला धंद्याच्या निमित्ताने व नात्याच्या ओढीनं (त्यांची एक बहीण इथंच दिली होती) त्यांचं अधूनमधून येणं होई. ते कितीही गडबडीत असले तरी माझी त्यांची गाठभेट झाली नाही असं सहसा होत नसे. ते आले म्हणजे चारदोन घटका अगदी मोकळेपणाने

बोलत बसत. त्या बोलण्यात माझ्या नव्या लेखनापासून आर्थिक व्यवहारातल्या माझ्या अज्ञानापर्यंतच्या गोष्टींची जशी दिलखुलासपणानं चर्चा होई तशीच माझी पत्नी आणि मुलं यांच्या प्रकृतीविषयी विचारपूस होई. थट्टा-मस्करी चाले. माझ्यातला शिक्षक आणि त्यांच्यातला वकील हे दोघेही नेहमी जागरूक असत. त्यामुळे संभाषणाला अधिक रंग येई. राजकीय आणि सामाजिक गोष्टींच्या चर्चेत आमचे मतभेद होत असत; नाही असं नाही. पण दौंडकरांच्या स्नेहशील मनाच्या भरतीच्या लाटांखाली मतभेदांचे खडक नेहमीच दिसेनासे होत.

पुढं अतिरिक्त रक्तदाबानं माझ्या आधी त्यांना गाठलं. आम्हा दोघांनाही चर्चेला आजार, औषधं, ॲलोपाथी, होमिओपाथी वगैरे नवे विषय मिळाले. त्यांनी आपल्यावरला कामाचा बोजा कमी करून घ्यावा असं मी आग्रहानं पुन्हा पुन्हा सांगत असे, पण त्यांचा मानसिक उत्साह इतका जबरदस्त असे की, दैनंदिन जीवनक्रमाचा वेग कमी करण्याचं त्यांनी वचन दिलं, तरी त्यांच्या हातून ते पाळलं जात नसे. वकिली, सामाजिक कार्य आणि राजकारणातले चढ-उतार या सर्वांमध्ये त्यांची कुशाग्र बुद्धी नेहमीच रस घेत राहिली. त्यामुळे त्यांच्या मनाला व मेंदूला जो विसावा आवश्यक होता तो त्यांना फारसा मिळाला नाही. मात्र लेखन थांबलं तरी साहित्यावरली त्यांची भक्ती अढळ राहिली. १९५९च्या मे महिन्यात मिरजेला साहित्य संमेलन भरलं होतं. मी त्याचा स्वागताध्यक्ष होतो. दौंडकर सांगलीला एक खटला चालवायला आले होते, पण संमेलनाच्या दुसऱ्या दिवशी वेळात वेळ काढून ते मिरजेला आले आणि आम्हा साहित्यिकांच्या बैठकीत चार घटका बसून ताजेतवाने होऊन परत गेले.

कुशाग्र बुद्धीला भावनेची जोड मिळतंच असं नाही. वकिली हा तर साऱ्या उत्कट आणि उदात्त भावनांचं वस्त्रहरण करणारा व्यवसाय. माणसाच्या शरीराला होणाऱ्या नाना प्रकारच्या रोगांशी जसा डॉक्टरचा संबंध येतो तशी त्याच्या मनाच्या विविध व्याधींशी वकिलाची जान-पहचान होते. काम-क्रोध-लोभ-मोह इत्यादिकांचं भग्न तांडव जर कुणाला स्पष्टपणे पाहायला मिळत असेल तर ते वकिलाला, त्यातल्या त्यात फौजदारी वकिलाला अधिक. शिक्षकाच्या व्यवसायात जसं मानवी मनाचं चांगुलपण गृहीत धरावं लागतं तसा वकिलाला माणसाचा वाईटपणा कधी डोळ्याआड करता येत नाही. अशा व्यवसायात सारा जन्म घालवूनही दौंडकर मनाने भावनाशील राहिले होते. १९४२ च्या चळवळीमधल्या खटल्यांशी त्यांचा जो संबंध आला त्यात त्यांच्या कुशाग्र बुद्धीबरोबर भावनाशील मनाचंही प्रतिबिंब पडलेलं होतं. शेवटी त्यांना इहलोकाच्या पलीकडचं जे बोलावणं आलं तेही त्यांच्या त्या उत्कट वृत्तीमुळंच.

साहित्य संघाचा कोनशिला सामारंभ मान्यवर श्री. चिंतामणराव देशमुख

यांच्या हस्ते व्हावयाचा होता. आभार प्रदर्शनाचं काम दौंडकरांकडं होतं. त्या दिवशी दुपारी कोर्टात महत्त्वाचा खटला चालवून त्यांनी तो जिंकला होता. मेंदू अतिशय शिणला असूनही ते समारंभाला आले. त्यावेळी संयुक्त महाराष्ट्राचा प्रश्न मोठ्या वादग्रस्त स्थितीत होता. त्याचा जो मंगल कलश पुढं महाराष्ट्रात आला तो त्यावेळी कुठं होता? कुणापाशी होता? तो कोण आणणार आहे? याचं भविष्य कुणालाही वर्तविता येत नव्हतं. मराठी जनतेनं एकमुखानं संयुक्त महाराष्ट्राचा पुरस्कार केला होता पण पंडित जवाहरलाल नेहरूंना तो काही केल्या पटत नव्हता. नेहरू भारताचे पहिले पंतप्रधान झाल्यानंतर केंद्र शासनाची स्थिती थोडीफार 'राजा बोले-दळ हाले' अशीच होती. दौंडकर संयुक्त महाराष्ट्र आणि मुंबई ही मराठी माणसाचीच आहे, या भूमिकेचे कट्टे पुरस्कर्ते. आभार मानताना मनोमन अतिशय दुखावल्या गेलेल्या महाराष्ट्राची व्यथा त्यांच्यापुढं जणू काही उचंबळून आली. भान विसरून ते बोलू लागले. तो जोष आणि तो आवेश त्यांना सहन झाला नाही. व्यासपीठावर बोलता बोलताच त्यांचा रक्तदाब वाढला आणि त्यांना मोठा झटका आला. ते जे बेशुद्ध झाले ते पुन्हा शुद्धीवर आलेच नाहीत. महाराष्ट्राची आणि मराठी माणसाची वकिली करीतच त्यांनी या जगाचा निरोप घेतला.

दौंडकरांना आलेला हा अकाली मृत्यू अजूनही माझ्यासारख्या स्नेह्याला व्यथित करतो. कोणत्याही आनंदाच्या क्षणी त्यांची आठवण होते. वाटतं– दौंडकर असायला हवे होते. त्यांच्यासारख्या स्नेह्यांच्या अभिनंदनानं आपला आनंद द्विगुणित झाला असता. दु:खाच्या प्रसंगी अशीच त्यांची तीव्रतेनं आठवण येते. मग मनात येतं. आज दौंडकर असायला हवे होते. त्यांनी आपल्याला धीर दिला असता. सल्ला दिला असता. आपलं दु:ख विभागून घेतलं असतं. पण असं वाटणं हे दुबळ्या मानवी मनाचं क्षणभंगुर स्वप्नरंजन आहे, हे पुढच्याच क्षणी लक्षात येतं. या विश्वसंसाराचं महानाट्य रचणारी नियती ज्या काही घटना घडविते त्यांचा नतमस्तक होऊन स्वीकार करण्याखेरीज माणसाला दुसरी गतीच राहात नाही. त्या नियतीनं दौंडकरांसारखा स्नेही अकाली हिरावून नेला याबद्दल तिचा कितीही राग आला तरी तिनंच असा स्नेही मला मिळवून दिला आणि अडीच तपं या शीतल स्नेहाच्या सावलीत मी वावरू शकलो, या कल्पनेनं माझं समाधान करून घ्यावं लागतं. आयुष्यात जे मिळालं नाही किंवा मिळाल्यावर जे हिरावून घेतलं गेलं त्यापेक्षा जे थोडंफार मिळालं त्याच्या सुगंधी स्मृती मनामध्ये जपून ठेवणं एवढाच समाधानाचा मार्ग मनुष्याला या जगात मोकळा आहे.

✹ ✹ ✹

३

साहित्याची मधुराभक्ती :
वा. रा. ढवळे

वा. रा. ढवळे हे नाव मी प्रथमतः ऐकलं ते १९३४ च्या आसपास. शिरोड्याच्या शाळेतला मंगेश नाबर हा माझा एक आवडता विद्यार्थी. बी. ए होऊन विल्सन कॉलेजात तो एम. ए चा अभ्यास करीत होता. त्यावेळी श्री. ढवळेही नुकतेच पदवीधर होऊन पोस्टात नोकरीला लागले होते. तेही एम. एचा अभ्यास करीत होते. लेखक म्हणून मला त्यावेळी थोडंसं नाव मिळालं असल्यामुळे, विशीच्या आगेमागे असलेल्या तरुण मंडळीमध्ये माझ्याविषयी कुतूहल निर्माण झालं होतं. नाबर व ढवळे सहाध्यायी. साहजिकच माझ्या लेखनाविषयी त्यांच्यात संभाषण होई. मी एकदा मुंबईला गेलो असताना ह्या संभाषणाविषयी मंगेश माझ्यापाशी बोलला. त्या बोलण्यावरून ढवळे यांच्या साहित्यप्रेमाची मला कल्पना आली पण पोस्टात नोकरी करून एम. ए होऊ इच्छिणारा हा तरुण पुढे संपादक म्हणून मराठी वाङ्मयात वैशिष्ट्यपूर्ण स्थान मिळविणार आहे आणि रजिस्टर्ड पार्सल, इन्शुरन्स, व्ही.पी.पी. वगैरे रूक्ष नावांच्या व्यवहाराशी नित्य संबंध होऊनही आपलं साहित्यप्रेम देवघरातील नंदादीपाप्रमाणे अष्टौप्रहर तेवत ठेवणार आहे, याची कल्पना त्यावेळी मला आली नाही.

नंतरच्या तीन-चार वर्षांत माझा ढवळ्यांशी अधिक परिचय झाला. त्यांची रसिकता, काव्यशक्ती व साहित्यविषयींचा नादिष्टपणा यांच्याशीही माझी ओळख झाली. तथापि कितीतरी परिचय वाळवंटावर उमटलेल्या पावलांच्या खुणांसारखे असतात. ते अल्पकाळ टिकतात. वाऱ्याने इकडची वाळू तिकडे आणि तिकडची इकडे झाली की ते नामशेष होतात. पण १९३० च्या सुमारास मुंबईत साहित्याच्या निमित्ताने माझा ज्या अनेक व्यक्तींशी परिचय झाला, त्यातल्या तिघांशीच माझा

वा. रा. ढवळे । १३

अखंड ऋणानुबंध जडला. विट्ठलराव कुलकर्णी, खंडेराव दौंडकर आणि वामनराव ढवळे या त्या तीन व्यक्ती होत.

ढवळ्यांशी माझा घनिष्ठ संबंध आला तो १९३५/३६ च्या सुमारास. 'किर्लोस्कर' मासिक त्यावेळी ऐन बहरात होते. पण 'रत्नाकर', 'यशवंत' वगैरे अल्पायुषी झालेल्या मासिकांची उणीव भरून काढण्याचं सामर्थ्य त्याच्या अंगी नव्हतं. किर्लोस्करांचं ध्येय संमिश्र होतं. केवळ वाड्मयीन मूल्यांना प्राधान्य देणे त्या ध्येयात बसण्याजोगं नव्हतं. त्यामुळे कला व साहित्य यांच्या प्रगतीच्या दृष्टीने चालविल्या जाणाऱ्या मासिकाची उणीव तीव्रतेने भासत होती.

ही उणीव भरून काढण्याचा छोटासा प्रयत्न साहित्यप्रेमाच्या समान धाग्याने जवळ आणलेल्या आम्ही काही मित्रांनी करायचं ठरविलं. आम्ही सातजण-माडखोलकर, कवि यशवंत, वि. ह. कुलकर्णी, खंडेराव दौंडकर, प्रभाकर पाध्ये, वा.रा. ढवळे आणि मी या निमित्ताने एकत्र आलो. पुष्कळसा विचारविनिमय केला. आम्ही सात लेखक नियमितपणे लिहू लागलो आणि स्नेहबंधनाने निगडित झालेल्या प्रत्येकाच्या साहित्यिक मित्रांची मदत मिळाली, तर आपल्या मनासारखं मासिक चालविता येईल असं सर्वांना वाटत होतं. मासिकात प्रकाशित होणाऱ्या साहित्याचं चाक जसं मजबूत असावं लागतं, तसंच त्याचं दुसरं चाक म्हणजे आर्थिक बाजूही तशीच भक्कम असली पाहिजे, या वस्तुस्थितीची आम्हाला कल्पना नव्हती असं नाही! पण तारुण्य मोठं स्वप्नाळू असतं. दोन बैलांपैकी एक चपळ असला तर दुसऱ्याला तो आपल्याबरोबर घेऊन गाडी ओढतो. तसंच याही बाबतीत घडेल असं आम्हाला वाटलं. आम्हा सात मंडळींत अधिक पावसाळे पाहिलेला मी, पण माझीसुद्धा त्यावेळी चाळिशी उलटलेली नव्हती. आपणा सर्वांच्या आणि आपल्या मित्रांच्या लेखनकौशल्याच्या बळावर आज ना उद्या आपण आपलं मासिक यशस्वी करून दाखवू असं सुख-स्वप्न त्यावेळी आम्ही पाहात होतो.

आम्ही मोठ्या हुरूपानं 'ज्योत्स्ना' मासिक काढलं. ते दीर्घकाळ चाललं नाही. मराठी नियतकालिकांच्या इतिहासात त्याला काही स्थान असेल तर ते तज्ज्ञांकडून निश्चित केलं जाईलच. पण त्या मासिकाच्या निमित्तानं ढवळ्यांच्या संपादनकौशल्याचं जे दर्शन झालं त्याचा विसर मला कधीही पडणार नाही. तसे आम्ही सातजण त्याचे संपादक होतो. पण मी दक्षिण कोकणाच्या कोपऱ्यात शिरोड्याला, तर माडखोलकर माझ्यापासून हजार बाराशे मैल दूर नागपूरला आणि 'जोत्स्ने'चं कार्यालय मुंबईला, अशी त्रिस्थळी यात्रा होती ही! मुख्य संपादक म्हणून माझं नाव ज्योत्स्नेवर छापलं जात असलं, तरी शिरोड्याहून ज्योत्स्नेचं संपादन करणं हे उंटावरून शेळ्या हाकण्यापेक्षाही कठीण काम होतं. माझं शाळेचं काम संभाळून 'ज्योत्स्ने'त क्रमशः येत असलेल्या माझ्या 'हिरवा चाफा' या कादंबरीची दोन प्रकरणं आणि एखादी

कथा किंवा लघुनिबंध दरमहा नियमितपणे ज्योत्स्नेला पाठविताना माझ्या नाकी नऊ येत असत! अशा स्थितीत आलेल्या साहित्याची निवड, नाना प्रकारचा पत्रव्यवहार, प्रत्येक अंकाची मांडणी, त्याच्या मुद्रितांची तपासणी, जाहिरातदारांची आळवणी इत्यादी कामं मुंबईहून तीन-चारशे मैलांवर राहून मला कशी करता येणार होती? प्रथमत: काही दिवस पाध्ये ढवळ्यांच्या जोडीने या कामी लक्ष घालीत पण पुढे लवकरच ही सारी जबाबदारी ढवळ्यांच्या शिरावर पडली. त्यांनी तिचं ओझं न मानता ती हौसेनं संभाळली. कुसुमाग्रज-बोरकरांसारखे कवी, शेष, चोरघडे यांच्यासारखे कथाकार आणि असेच अन्य नवे लेखक ज्योत्स्नेच्या द्वारे ठळकपणानं लोकांच्या पुढे आणले. त्यांची साहित्याची जाण व्यापक, हौस उदंड, सौंदर्यदृष्टि चोखंदळ! आईला आपलं तान्हं बाळ वाढविताना जशी कष्टांची, जाग्रणाची किंवा अन्य प्रतिकूलतेची कदर वाटत नाही, तशी 'ज्योत्स्ने'चा अंक चांगला निघावा म्हणून ढवळ्यांनी कशाचीही तमा बाळगली नाही. पोस्ट ऑफिसातलं आपलं नित्याचं काम उत्तम रीतीने संभाळून ते 'ज्योत्स्ने'च्या संपादनाची जबाबदारी जवळजवळ एकहाती संभाळीत असत.

कोणत्याही कामाला निरपेक्षपणे आणि निरलसपणे वाहून घेणारा मनुष्य हा त्या त्या क्षेत्रातला भक्तच असतो. साहित्य-निर्मितीची देणगी ज्यांना मिळालेली असते, ते सारे साहित्य-भक्त असतातच असं नाही! त्यांचं साहित्यप्रेम अनेकदा आत्मपूजनाच्या पलीकडे जात नाही! पण ढवळ्यांच्यासारखे रसिक जेव्हा साहित्य हा आपल्या जीवनातला एकमेव छंद बनवतात आणि त्या साहित्याच्या अभिवृद्धीसाठी आपल्या सवडीचा क्षण नि क्षण खर्च करतात, तेव्हा त्या छंदाला भक्तीचं स्वरूप येतं-अगदी मधुराभक्तीचं!

'ज्योत्स्ने'च्या पूर्वी ढवळ्यांनी 'पारिजात'सारख्या मासिकाच्या संपादनात भाग घेतला होता. 'ज्योत्स्ना' मासिक चालू शकलं नाही तरी त्यांची साहित्यभक्ती तशीच कायम राहिली. पुढे निरनिराळ्या नियतकालिकांच्या संपादकांच्या संपादनात त्यांनी हौसेनं भाग घेतला. आपल्या अभिजात आणि चोखंदळ साहित्यदृष्टीचा आणि सौंदर्यदृष्टीचा ठसा त्या त्या नियतकालिकांवर उमटवला. चित्रपटाप्रमाणे मासिकालाही कलेच्या अंगाइतकीच धंद्याची बाजू असते. ती बाजू सावरण्याला लागणारं कौशल्य किंवा कर्तृत्व 'ज्योत्स्ने'च्या संपादक-मंडळात नव्हतं. साहजिकच 'ज्योत्स्ना' अल्पायुषी ठरली. मात्र ज्योत्स्नेच्या मागे घरचं सुसज्ज मुद्रणालय असतं किंवा ते मासिक स्वावलंबी होईपर्यंत त्याच्या साठी धस सोसणारी एखादी संपन्न संघटना त्याच्या मागे उभी राहती, तर संपादक या नात्याने ढवळे यांच्या अंगी कष्ट उपसण्याच्या तयारीपासून प्रत्येक अंक कलात्मक दृष्टीने सजविण्यापर्यंत जे विविध गुण आहेत, त्यांचा महाराष्ट्राला मोठ्या प्रमाणात परिचय झाला असता. पण जिथे साहित्यप्रधान

वा. रा. ढवळे । १५

मासिकं अजूनही स्वावलंबी होऊ शकत नाहीत, तिथे तीस वर्षांपूर्वी 'ज्योत्स्ना' आपल्या पायावर उभी राहाणं अशक्य होतं. प्रतिपदेची चंद्रकोर उगवते न उगवते तोच मावळावी तसाच साहित्यप्रधान मासिकाचा संसार होतो, असा आतापर्यंतचा अनुभव आहे. माझ्यामते याचं मुख्य कारण साहित्याची आवड समाजातल्या अगदी वरच्या अशा थोड्या थरांतच रुजली आहे. समाजाच्या खालच्या थरापर्यंत ती झिरपत जावी असे पद्धतशीर प्रयत्नही आपल्याकडे अजून होत नाहीत.

साहित्यविषयक रसिक आणि चोखंदळ पसंती समजुतीप्रमाणे लेखकांना लिहितं करायला लागणारा स्नेहभावही ढवळ्यांच्या ठिकाणी फार थोड्या प्रमाणात आहे. या स्नेहभावाला विलक्षण चिकाटीची जोड मिळाली, तरच मनपसंत साहित्य लेखकांकडून वेळेवर मिळून त्याचं संपादन करता येतं. ही चिकाटी ढवळ्यांच्या ठिकाणी भरपूर आढळते. लहरी लेखक ऋणकोप्रमाणे पुढच्या तारखांचे वायदे देत असतो आणि शेवटी ढवळ्यांची मोत्यासारख्या सुंदर अक्षरात लिहिलेली आर्जवी स्मरणपत्रं त्याला लेखनाची बैठक घालायला भाग पाडतात हा अनुभव माझ्याप्रमाणे अनेकांना असेल. मुंबई मराठी साहित्यसंघातर्फे 'साहित्य' द्वैमासिक निघालं तेव्हा होसेनं लिहायला बसावं अशी माझ्या प्रकृतीची स्थिती राहिली नव्हती! पण महर्षी कर्वे, तात्यासाहेब केळकर यांच्यावरले लेख, मला आवडलेल्या काही इंग्रजी नाटकांवरली विस्तृत रसग्रहणं इत्यादी साहित्य ढवळ्यांची स्नेहयुक्त टोचणी मागे नसती, तर मी कधीच लिहिलं नसतं! त्यातल्या कुठल्यातरी लेखाचा आजही एखादा रसिक आवर्जून उल्लेख करतो, तेव्हा त्या लेखनाचं श्रेय ढवळ्यांचं आहे असं सांगितल्यावाचून मला राहावत नाही.

शिक्षणाच्या वाढत्या प्रसाराबरोबर लोकरंजन आणि लोकशिक्षण यांची सांगड नव्या काळाला अनुरूप अशा रीतीने घातली गेली पाहिजे. बौद्धिक पातळीवर ती सांगड घालण्याची कामगिरी मुख्यत: मासिकांची आहे. आज मराठीत अनेक मासिकं प्रसिद्ध होत असली आणि छापखान्यात छपाईचं काम भरपूर प्रमाणात लाभत असलं, तरी डोळस अभिरुची, विशुद्ध रसिकता, वाङ्मयीन मूल्यांविषयींची कदर आणि काळाचं आव्हान स्वीकारण्याची सिद्धता या सर्वांचा संगम ज्यांच्या ठिकाणी झाला आहे, असे संपादक फारच थोड्या मासिकांना लाभलेले दिसतात. विसाव्या शतकाच्या पूर्वार्धात अशी परिस्थिती नव्हती. विविधज्ञान विस्ताराचे मोरमकर व मासिक मनोरंजनाचे मित्र यांच्यासारख्यांनी विशिष्ट ध्येयवाद उराशी बाळगून आपल्या मासिकांची सदैव जडणघडण केली. उद्यान, नवयुग, रत्नाकर, रत्नाकरकालीन यशवंत, प्रतिभा, पारिजात वगैरेंच्या संपादनामध्ये तीच जिद् आणि प्रगतीची तीच सुजाण दृष्टी होती. आपला खास लेखकवर्ग निर्माण करणं आणि आपल्या वाचक वर्गाची अभिरुची सुसंस्कृत रीतीनं घडविणं ही कामं या सर्वांनी

यथाशक्ती केली. संपादक या नात्यानं ढवळ्यांचं स्थानही अशा संस्मरणीय संपादकांच्या रांगेतच आहे.

ढवळे आता सेवानिवृत्त होत आहेत. संपादक या नात्याने तीन तपांचा अनुभव त्यांच्या संग्रही आहे. या अनुभवाचा उपयोग करून घेण्याची सुबुद्धी नियतकालिकांच्या संचालकांपैकी एखाद्याला झाली तर त्यात मराठी साहित्याचंच हित आहे. त्रिवेणी संगमातल्या सरस्वतीप्रमाणे संपादकाचं कर्तृत्व हे डोळ्यांना दिसत नाही, पण ऐतिहासिक दृष्टीने पाहिलं म्हणजे त्यांचं महत्त्व लक्षात येतं. ढवळे यांच्या या कर्तृत्वाला मी मन:पूर्वक अभिवादन करतो.

✫ ✫ ✫

४

मास्टर विनायक : व्यक्ती आणि कला

'काय केलंत हे भाऊसाहेब?' एका संपादकांनी मला गंभीर मुद्रेनं प्रश्न केला.

मी गोंधळून त्यांच्याकडे पाहत राहिलो. लहान असतो तर जीभसुद्धा चावली असती! ज्या स्वरात संपादक महाशयांनी मला हा प्रश्न केला होता, त्यावरून माझ्या हातून काहीतरी गैर घडलं आहे हे उघड होत होतं. त्यांच्या त्या उद्‌गारांत जशी भीती तशीच आपुलकी होती. एखाद्या स्नेह्याला त्यानं घेतलेलं घर भुताटकीनं पछाडलेलं आहे हे सांगणाऱ्या माणसासारखी!

१९३६ च्या प्रारंभीची गोष्ट आहे ही! मी त्या वेळी पुण्यात होतो. 'हंस पिक्चर्स' ही नवी चित्रपटसंस्था बाबूराव पेंढारकर, पांडुरंगराव नाईक व विनायकराव कर्नाटकी या तिघांनी नुकतीच स्थापन केली होती. 'हंस' करिता मी एक चित्रकथा लिहीत असल्याची बातमी त्या दिवशीच्या वृत्तपत्रात प्रसिद्ध झाली होती. संपादक मजकुरांचा रोख त्या वार्तेवरच होता! पण तो माझ्या ध्यानात कसा यावा? बोलता-बोलता ते म्हणाले, 'कसल्या मंडळीत जाऊन पडलात तुम्ही? आज ना उद्या पस्तावण्याची पाळी येईल तुमच्यावर!'

तो सारा दिवस मी अस्वस्थ मन:स्थितीत काढला. राहून राहून मला वाटे, बोलून चालून आपण एक खेडवळ शाळामास्तर! चित्रपटसृष्टी ही मायानगरी आहे. नुसती मायानगरीच नव्हे, मोहनगरीही! तिथल्या हजार प्रकारच्या उलाढालींत आणि नाना स्वभावांच्या माणसांत आपला निभाव लागेल का? बाबूराव मुद्दाम कथा मागायला आले; म्हणून आपण ती द्यायचं कबूल केलं. विनायकराव त्या कथेचं दिग्दर्शन करणार आहेत. त्यांची आपली तोंडओळखसुद्धा नाही! त्यांचं आपलं पटेल का? छे! आपण उगाच या भानगडीत पडलो. ज्या चक्रव्यूहातून बाहेर

पडायची विद्या ठाऊक नसते त्यात माणसानं शिरू नये हे बरं.

शेवटी मी माझ्या मनाची समजूत घातली ही पहिली कथा लिहायचं आपण पत्करलं आहे. तेवढी लिहावी. गाजराची पुंगी! वाजली तर वाजली, नाही तर मोडून खाल्ली! चित्रपटातल्या लोकांविषयी बरंच बरेवाईट लिहिलं जातं आणि बोललं जातं. समाजाचं मन सदैव संशयी असतं! त्याला हजार जिभा असतात! पण जे बोललं जातं त्यातलं खरं काय नी खोटं काय हे अनुभवाशिवाय कसं कळणार?

अशा मन:स्थितीत मी 'छाया' चित्रपटाच्या कामाला लागलो. विनायकांनी कोल्हापुराहून पुण्याला यावं आणि आम्ही दोघांनी मिळून तीन-चार आठवड्यांत चित्रकथेचं काम पुरं करावं असं बाबूरावांनी ठरविलं होतं. त्याप्रमाणे मी विनायकांची वाट पाहू लागलो. मनात धाकधूक होतीच. उभ्या आयुष्यात पुरते दहा चित्रपटसुद्धा मी पाहिले नव्हते. अशा स्थितीत विनायकांशी चर्चा करताना 'यस् सर' आणि 'नो सर' या पलीकडे इंग्रजीचं ज्ञान नसलेले संस्थानिक बड्या लाटसाहेबांशी जसे बोलत असतील तशी आपली स्थिती होणार!

विनायक लवकरच आले. त्यांच्या हसतमुख मुद्रेनं आणि बोलक्या स्वभावानं मला मोठा दिलासा दिला. 'छाये'च्या कथेविषयी एखाद्या लहान मुलाच्या उत्साहानं ते बोलू लागले. माझ्या वाङ्मयाविषयी त्यांना प्रेम होतं. 'उल्का' आणि 'दोन ध्रुव' या कादंबऱ्यांचा लेखक आपली कथा लिहीत आहे. तेव्हा ती चांगली झालीच पाहिजे, असं त्यांचं तर्कशास्त्र असावं! मला ते पटत नव्हतं, पण त्यांच्या माझ्यावरल्या विश्वासामुळे माझा आत्मविश्वास दुणावला यात शंका नाही. मी, विनायक व संकलक जुन्नरकर लगेच कामाला लागलो. शाळेच्या वेळापत्रकाप्रमाणे आमचं काम सुरू झालं.

डॉ. भडकमकर ज्या 'विहार' बंगल्यात राहात होते, त्याच्या वरच्या मजल्यावरली पाठीमागची निवांत खोली हे आम्ही 'छाये'चं प्रसूतिगृह बनविलं. मी दररोज कथेतील तीनचार दृश्यं लिहीत असे. विनायक व जुन्नरकर ११-१२ ला येत. त्या दृश्यांची चर्चा तावातावाने चाले! संध्याकाळपर्यंत ती चर्चा संपवून सर्वांच्या संमतीनं त्यांतल्या सुधारणा मुक्रर होत. फेड इन, फेड आऊट, मिक्स, डिझॉल्व्ह वगैरे चित्रपटतंत्राचे वेदोक्त मंत्र याच वेळी प्रथम माझ्या कानांवर पडले! हळूहळू त्यांचा अर्थ ध्यानी येऊ लागला.

दिग्दर्शक या नात्याने विनायकांचं व्यक्तित्व मोठे संपन्न होतं. साहित्याविषयी त्यांना अपार प्रेम होतं. त्यांनी खूप वाचलं होतं, पचविलं होतं. ते जेवढे रसलुब्ध तेवढेच चोखंदळ होते. मनाने हळुवार, वृत्ती काव्यात्म पण ही काव्यात्मता आत्मकेंद्रित नव्हती. तिला सामाजिक सुखदु:खांच्या उत्कट जाणिवेची बैठक होती. या जाणिवेमुळेच हंसच्या स्थापनेपूर्वी कोल्हापूर सिनेटोनकरिता विनायकांनी वरेरकरांच्या

कथेवर आधारलेला 'विलासी ईश्वर' हा सामाजिक चित्रपट दिग्दर्शित केला होता. पौराणिक, ऐतिहासिक आणि कल्पनारम्य या तीन प्रकारच्या बोलपटांपलीकडे मी मी म्हणणाऱ्या मराठी दिग्दर्शकांची मजल त्यावेळी जात नव्हती. अशा काळात राजमार्गावरली सोयीस्कर चाकोरी सोडून पाऊलवाटेनं पुढे जाण्याची हिंमत बाळगणारा दिग्दर्शक मला मिळाला, हे लेखक या नात्याने माझं सुदैव होतं.

स्वप्नाळू वृत्तीचा आणि आपल्या स्वप्नांच्या मागून धावता धावता कर्तव्य विसरून जाणारा प्रकाश, तितकीच स्वप्नाळू पण आपली स्वप्नं साकार करण्याला लागणारं मनोधैर्य अंगी नसलेली छाया, 'या जगात प्रत्येक गोष्ट मला विकत घ्यावी लागली आहे' हे ज्याच्या जीवनाचं तत्त्वज्ञान बनलं आहे असा कठोर डॉ. अतुल आणि धाकट्या भावाला वाचविण्याकरिता शीलविक्रय करण्याची पाळी जिच्यावर येते अशी प्रकाशची प्रेमळ बहीण कला या चार पात्रांच्या स्वभावावर आणि संघर्षावर 'छाया' आधारलेली होती. केवळ दारिद्र्यामुळे स्त्रीवर येणारी शीलविक्रयाची पाळी हा कथाविषय पडद्यावर चित्रित करण्याच्या दृष्टीनं अतिशय अवघड होता. 'छाये'चं चित्रीकरण सुरू झाल्यानंतर एका मुरब्बी दिग्दर्शकानं 'असला भलता विषय घेऊन चित्र काढू नका, फुकट हात भाजून घ्याल! एखाद्या पौराणिक कथेतून कंपनीचा संसार सुरू करा.' असा निरोप 'हंस'च्या चालकांना पाठविला होता पण त्यांनी त्याला भीक घातली नाही.

दिग्दर्शक विनायकांचं मन लहानशा भूकंपाचीसुद्धा बरोबर नोंद करणाऱ्या यंत्रासारखंच संवेदनशील होतं. 'गरिबाच्या घराला कुलूप नसलं तरी चालतं पण ते त्यांच्या तोंडाला हवं' असं वाक्य येवो किंवा डॉ. अतुलचं मन सूचित करण्याकरिता विश्वामित्राच्या प्रतिमेचं प्रतीक सुचविलं जावो विनायकांच्या मुद्रेवर चटकन चांदणं फुले पण लगेच दुःखाचं चित्रण आलं की, त्यांच्या डोळ्यांत टचकन् पाणी उभं राही. क्षणभर ते गोरेमोरे होत. 'छाये'तला असा एक प्रसंग मला अजूनही आठवतो. तुरुंगात असलेल्या प्रकाशला भेटायला कला जाते. प्रकाशला आंबे फार आवडतात, म्हणून या दरिद्री बहिणीने पदराखाली एक सुरेख कलमी आंबा लपवून आणलेला असतो. भेटीच्या प्रारंभी तिच्या कोमजलेल्या चेहऱ्याकडे आणि धुळीने भरलेल्या पायांकडे पाहून प्रकाश विचारतो, 'ताई तू चालत आलीस?' रूक्ष थंड स्वराने कला उत्तरते, 'टांग्याला आठ आणे पडतात दादा!' मग ती हळूच चोरून त्याला आंबा देण्याचा प्रयत्न करते. पहारेकऱ्याच्या ते लक्षात येतं. आंबा प्रकाशला मिळत नाही! कलेला तसंच परत जावं लागतं. हे दृश्य सर्व संवादासह मी वाचून संपविलं आणि विनायकांकडे पाहिलं. त्यांचे डोळे भरून आले होते. थोडा वेळ थांबून रुद्ध स्वराने ते मला म्हणाले, 'फार कठोर आहात तुम्ही भाऊसाहेब!'

चित्रीकरणाच्या वेळीही विनायक असेच रंगून जात. एखाद्या दृश्याशी ते तद्रूप

झाले की, ते मनासारखं चित्रित होईपर्यंत त्यांचं काम चाले. मग घड्याळ बंद पडत. फिल्म किती खर्च होत आहे याचा हिशोब करण्याच्या मन:स्थितीत कुणीही नसे! 'चल लगबग शुभ घटिका फुलवी मनाला' या 'छाये'तल्या गाण्याचं चित्रीकरण रात्री सुमारे १० वाजता सुरू झालं. भाऊबिजेच्या ओवाळणीची तयारी करणाऱ्या एका गरीब पण प्रेमळ बहिणीचा आनंद या गाण्याच्याद्वारे दर्शविला होता. त्या ओवाळणीच्या दृश्यात जी रांगोळी काढली होती ती विनायकांना आवडली नाही. शूटिंग पाहायला गेलेल्या आम्हा मंडळीत माझी पत्नी व तिची एक मैत्रीण अशा दोन बायका होत्या. तज्ज्ञ म्हणून त्या दोघींना रांगोळी सुधारण्याच्या कामात लक्ष घालावं लागलं. पुढे गाण्याचं चित्रीकरण सुरू झाल्यावर प्रत्येक वेळी विनायकांच्या अपेक्षेपेक्षा कुठे ना कुठे काहीतरी कमी पडे. लगेच ते 'कट' म्हणून गर्जना करीत! रत्नप्रभाबाईंनी त्या रात्री ते गाणं किती वेळा म्हटलं त्याची मला कल्पना नाही. पहाटे ४ वाजता ते विनायकांच्या मनासारखं झालं असं मी नंतर ऐकलं. झोप येऊ लागल्यामुळे आम्ही मंडळी १-२ वाजताच तिथून पसार झालो होतो.

'छाया' हा सामाजिक चित्रपट अथपासून इतिपर्यंत गंभीर होता. कारुण्यानं काळवंडलेला होता. पौराणिक अथवा कल्पनारम्य कथा आणि त्यांना अनुरूप अशा प्रकारचं भव्य किंवा सुंदर चित्रण यात रमून गेलेल्या प्रेक्षकाला असलं सामाजिक चित्र कितपत आवडेल याविषयी धंद्यातील अनेक लोक साशंक होते. पण विनायकांनी आपल्या भावनोत्कट वृत्तीनं आणि कल्पक चित्रीकरणानं ही असाध्य वाटणारी गोष्ट साध्य करून दाखविली. कसोटी समन्यात क्रीडांगणावर प्रथमच उतरलेल्या खेळाडूनं पहिल्या चेंडूला षटकार मारावा तसं काहीतरी घडलं. 'छाया' प्रथम मुंबईच्या मॅजेस्टिक सिनेमात प्रदर्शित झाला. चित्रपट संपला तरी सर्व प्रेक्षक भारल्यासारखे जागच्या जागी बसून राहिले. प्रकाश आणि कला ही तुरुंगाच्या गजाआड दिसेनाशी झाली होती, पण कथा अजून संपली नाही असं प्रेक्षकांना वाटलं. शेवटी जुन्या काळी नाटकमंडळीचा मॅनेजर शेवटचा अंक सुरू होण्यापूर्वी पडद्यापुढे येऊन प्रेक्षकांशी बोलत असे, त्याप्रमाणे बाल्कनीतून विनायकांना सर्व प्रेक्षकांना सांगावं लागलं, 'मित्रहो, चित्र संपलं आहे. हे जीवनाचं चित्र आहे. आपल्याला प्रत्येक गोष्टीचा शेवट गोड हवा असतो! पण जीवनात तो तसा असत नाही. या चित्रातही तो नाही.''

आपल्या भावाचे प्राण वाचविण्याकरिता कला शीलविक्रय करते, हा या बोलपटातला प्रसंग पडद्यावर अत्यंत सूचक रीतीने चित्रित करणं आवश्यक होतं. तिथे शब्दांना वाव नव्हता. हे दु:ख जितकं विलक्षण तितकंच मुकं होतं. पण चित्ररूप देण्याला योग्य अशा कल्पना पटकथेतून वेचून काढून विनायकांनी आपल्या तरल प्रतिभेनं सुसूत्र गुंफल्या आणि बोलक्या केल्या. कला घरातून बाहेर

पडते तेव्हा बाहेर सुरू झालेलं वादळ आणि तिच्या मनातलं वादळ ही त्यांनी परस्परपूरक केली. कला अंगणातल्या तुळशीवरून पुढे जाते. वाटेवर तिला एक देऊळही लागतं. ती परत येते तेव्हा मध्यंतरीच्या वादळात देवळावर वीज पडून त्याचा कळस छिन्नभिन्न झालेला असतो. ती अंगणातल्या तुळशीपाशी येते. तुळशीला स्पर्श करण्याकरिता नकळत तिचा हात पुढे होतो. तत्क्षणी हातून घडलेल्या पापाचा विचार सर्पदंशासारखा तिला डसतो आणि पुढे केलेला हात ती चटकन मागे घेते. तिला मिळालेल्या ५०० रुपयांच्या पाच नोटांवर छाया-प्रकाशाचा खेळ विनायकांनी अशा कुशल रीतीने दाखविला होता, की आपण केवढं पाप केलं, ही तिच्या मनाला लागलेली टोचणी आणि आता आपल्या भावाचे प्राण नक्की वाचणार ही तिच्या मनात निर्माण झालेली आशा या दोन्ही गोष्टी प्रेक्षकांच्या मनात क्षणार्धात प्रतिबिंबित होऊन गेल्या.

'छाये'च्या मागून अत्र्यांच्या कथेवर आधारलेला 'धर्मवीर' विनायकांनी दिग्दर्शित केला. 'धर्मवीर' ही दीनानाथ या एका ढोंगी दुरात्म्याच्या कृष्णकृत्यांची आणि जगदीश नावाच्या बेकार पण अवखळ तरुणाने केलेल्या त्याच्या दंभस्फोटाची कथा. कस्तुरी या जगदीशच्या प्रेयसीमुळे या कथेला अधिक रंगत आली. या चित्रात परोपकारी, सज्जन म्हणून मिरविणाऱ्या पण स्वार्थानं आणि वासनेनं नखशिखांत बरबटलेल्या दीनानाथाची भूमिका बाबूराव पेंढारकरांनी आपल्या नेहमीच्या कौशल्यानं वठविली. पण जगदीशच्या बेफिकीर बेडर वृत्तीचं आणि अवखळ, विनोदी लकबांचं चित्र विनायकांनी इतकं सजीव केलं की, त्यामुळे जगदीश हा त्या चित्राचा नायक वाटू लागला. पुढे 'प्रेमवीर', 'ब्रह्मचारी', 'अर्धांगी' वगैरे चित्रांत विनायकांनी ज्या नायकाच्या द्वारे हजारो प्रेक्षकांना मनमुराद हसविलं, त्याचा उगम या जगदीशमध्ये आहे. आपण एक उत्कृष्ट विनोदी नट आहोत याची जाणीव या चित्रापूर्वी विनायकांना नव्हती. तसंच करुण रसाइतकंच हास्यरसावरही त्यांचं केवढं प्रभुत्व आहे याची कल्पना यापूर्वी त्यांच्या प्रेक्षकांनाच नव्हे तर त्यांच्या सहकाऱ्यांनाही नसावी. आत्महत्या करायला गेलेल्या आणि समुद्राचे पाणी फार गार आहे म्हणून ती न करणाऱ्या जगदीशचं 'नाजुक मैना, साजुक मैना' हे गाणं व त्यातील 'रसगुल्ला मी, तू जंबू! तू झारी, मी चंबू. तू टेसदार गंडेरी, मी खारी भेळ भिकारी.' या ओळी 'धर्मवीर' पाहिलेल्या प्रेक्षकांना अजूनही आठवत असतील.

'छाया' व 'धर्मवीर' यांच्या यशामुळे एके ठिकाणी स्थिर राहून आपला प्रपंच नीटनेटकेपणानं करायची उमेद 'हंस'ला आली. कोल्हापूर ही त्या दृष्टीनं सोयीस्कर जागा होती. तिथल्या कोल्हापूर सिनेटोनच्या स्टुडिओत 'प्रेमवीर' या अत्र्यांच्या कथेचं चित्रण १९३७ च्या पूर्वार्धात सुरू झालं. 'धर्मवीर'मध्ये विनायकांचे विनोदी गुण स्पष्ट प्रगट झाल्यामुळे स्वच्छंद हास्याला वाव देईल असं कथानक त्यांच्याभोवती

अत्र्यांनी गुंफलं. मुलींची टिंगल करणारे व त्यासाठी पोलिसांकडून पकडले जाणारे 'रोड साइड रोमिओ' आज पैशापासरी आढळतात. पंचवीस वर्षांपूर्वी हा पदार्थ इतका स्वस्त व इतका बेचव नव्हता! त्यावेळी कॉलेजात जाऊन करायच्या प्रेमाच्या कल्पनेत थोडं काव्य होतं, थोडा साहसाचा भास होता. 'प्रेमवीरा'तली खुशालचेंडू 'किशोर'ची अवखळ भूमिका विनायकांनी मोठ्या सफाईने सादर केली. स्वयंपाकी, ज्योतिषी, डोळ्यांचा डॉक्टर असली नाना प्रकारची प्रेमापायी घेतलेली सोंगं विनायकांनी बेमालूम वठविली. 'पेईंग गेस्ट' पासून प्रोफेसर, ब्लफ मास्टरपर्यंत गेल्या तपातल्या अनेक हिंदी चित्रपटांत वेशांतराचा सुळसुळाट झाला आहे. पण विनायकांची अशा कामांतील चतुराई आणि अत्र्यांसारख्या हास्यप्रभू लेखकाच्या सर्व गमतीजमती सहजतेनं चित्रित करण्याचं त्यांचं कौशल्य या दोन्ही गोष्टी अद्यापि दुर्मिळ आहेत.

या चित्रपटाचा प्रारंभ प्रेमवीर किशोरनं ज्युनियर बी. एच्च्या वर्गात फळ्यावर लिहिलेल्या पुढील समीकरणानं होतो. १. लाइफ – लव = ० २. तू + मी = स्वर्ग. ३. मनुष्य – मेंदू + गाउन = प्रोफेसर. या चित्रपटाचा शेवट नायिकेचे वडील रावबहादूर शेषाद्री व उपनायिकेचे वडील मदनमस्त, पाकचे कारखानदार नारो बल्लाळ चक्रदेव यांच्या भांडणाच्या जुगलबंदीने होतो. हा शेवटचा प्रसंग परिणामकारक व्हावा म्हणून त्याची विनायकांनी जी मांडणी केली ती त्यांच्या कल्पकतेचं सव्यसाचित्व दर्शविणारी होती.

'प्रेमवीर'चे चित्रीकरण सुरू होण्याच्या वेळीच चंद्रमोहन हा गाजलेला हिंदी नट 'हंस' ने मिळविला. साहजिकच चंद्रमोहनांना अनुरूप अशा कथेची निकड कंपनीला भासू लागली. त्या वेळी अत्रे कोल्हापूरला आले होते. एके दिवशी संध्याकाळी अत्रे, बाबूराव, विनायक वगैरे मंडळी गाडी घेऊन निघाली आणि मध्यरात्रीच्या सुमारास शिरोड्याला माझ्या दारात दत्त म्हणून येऊन उभी राहिली. त्या वेळी सूर्यास्तानंतर आंबोलीचा घाट उतरण्याची मोटरगाड्यांना मनाई असे. 'पण आमचं सावंतवाडीच्या राजघराण्याशी नातं आहे.' असं काहीतरी रक्षकाला सांगून अत्र्यांनी शिरोडे गाठलं होतं. तिथल्या आमच्या चर्चेत चंद्रमोहनांच्यासाठी मी कथा लिहावी असं ठरलं.

शाळेच्या कामातून थोडी सवड काढून मी कोल्हापूरला आलो. युरोपमधल्या हिटलर, मुसोलिनीसारख्या हुकूमशहांचं आणि आपल्या सार्वजनिक जीवनात वावरणाऱ्या त्याच वृत्तीच्या अनेक लोकांचं जीवन त्या वेळी माझ्या मनात प्रामुख्यानं घोळत होतं. सुधारणेच्या शिखरावर आरूढ झालेल्या जगातली राक्षसी महत्त्वाकांक्षेची नानाविध भयानक रूपं मला जाणवत होती. अशा वृत्तीच्या एखाद्या पराक्रमी पण आत्मकेंद्रित पुरुषाची शोकांतिका कादंबरीच्या रूपानं लिहिण्याची कल्पना अनेकदा माझ्या मनात येऊन गेली होती.

मी कोल्हापूरला आल्यावर चंद्रमोहनांच्या व्यक्तिमत्त्वाला व अभिनयाला अवसर

देणारी 'किंग लियर' किंवा 'मॅकबेथ' यांसारखी कथा निवडावी असा आम्हा सर्वांच्या चर्चेत सूर निघाला. माझ्या मनात त्या वेळी घोळत असलेल्या कल्पनांना लियरपेक्षा मॅकबेथ जवळचा होता. ही चर्चा सुरू असताना चंद्रमोहन मला एका बाजूला नेऊन म्हणाले, 'भाऊसाहेब, पागल माणसाचं (वेड्याचं) काम करण्याची माझी फार इच्छा आहे.' पण तसली कथा माझ्यापाशी नव्हती. कंपनीला चित्र शक्य तितक्या लवकर सुरू करायचं होतं. त्यामुळे पूर्वनियोजित विषयच मी हाती घेतला.

'ज्वाले' चं कथानक हे 'मॅकबेथ' नाटक नव्हतं. नायकाची सत्प्रवृत्त पत्नी मंगला, पितृप्रेमानं त्याला लहानाचा मोठा करणारा प्रियाल, नायकाचा तत्त्वनिष्ठ मित्र तरंग, त्याच्या अंतर्मनाची सजीव मूर्ती भासणारी अरण्यातील कुंतला ही सारी पात्रं नवीन होती. नायकाच्या व या सर्वांच्या परस्पर संघर्षावर 'ज्वाले'चं कथानक आधारलेलं होतं. या कथेचं विचारसूत्र थोडक्यात असं होतं - 'माणुसकी म्हणजे कोणत्याही मनोविकाराचं निर्मूलन नव्हे, तर त्याचं उदात्त भावनेत केलेलं रूपांतर! जगाला ज्वाला हवी, पण ती प्रकाश देणारी, ऊब देणारी, अन्न शिजविणारी अशी हवी. नुसती अमर्याद भडकलेली आग नको.'

१९३७ च्या एप्रिल-मेपासून 'ज्वाले'चं प्रारंभिक काम सुरू झालं. पुढे जवळजवळ नऊ महिन्यांनी चित्र पूर्ण झालं. या काळात मी मुख्यत: शिरोड्याला होतो. अधूनमधून चार दिवसांची सवड काढून मी कोल्हापूरला येत असे. जमेल ते काम करून जात असे. काही काम शिरोड्याहूनच पाठवून देत असे. या काळात विनायकांनी काही नवी इंग्रजी चित्रं पाहिली. त्यांच्या प्रेरणेमुळे कथेत बदल सुरू झाले. काही नवं पाहिलं किंवा वाचलं की विनायकांच्या मनावर त्याची मोहिनी चटकन पडे. मग त्यांची चंचल कल्पकता त्या नव्यामागून धावू लागे. या वेळी असंच घडलं, त्यांनी केलेल्या बदलामुळे कथेची पहिली घडण मोडून गेली. प्रियाल, कुंतला, तरंग, वगैरे पात्रं उत्तरार्धात निरुपयोगी झाली.

या चित्रपटाचं चित्रणही निरनिराळ्या कारणांमुळे हप्त्याहप्त्यांनी झालं. बाबूरावांनी मराठीत नायकाची भूमिका करावी आणि चंद्रमोहनांनी ती हिंदीत करावी असं मी आरंभी सुचविलं होतं. नायिकेच्या कामाला दुर्गाबाई खोटे मिळतील या समजुतीनं मंगलेच्या भूमिकेची जडण-घडण मी कल्पिली होती. पण यातलं काही घडलं नाही. शिकस्त करूनही चंद्रमोहनना मराठी संवाद नीट म्हणता आले नाहीत. त्यातच चित्रीकरणाला सतत विलंब होत गेल्यामुळे या खर्चिक चित्राचा कंपनीच्या आर्थिक बाजूवर असह्य ताण पडला.

'ज्वाला' चित्रपट चालला असता तर बाजू कशीतरी निभावून गेली असती. बोलपटाचं छायाचित्रण सुंदर होतं. प्रारंभीच्या 'उघडूनि नयना, चिमणया अरुणा, हळू हासत ये, डोलत ये, नाचत ये' या गाण्यासारखा आणि अंगार व तरंग यांच्या

बुद्धिबळाच्या डावाच्या दृश्यासारखा काही भाग विनायकांनी सुरेख घेतला होता. पण गंभीर चित्राला मारक होणारा व 'छाये'च्या दिग्दर्शनात कधीही न दिसून आलेला एक मोठा दोष 'ज्वाले'त होता. त्याच्या कथानकाचे लगाम नाना प्रकारच्या फेरफारांमुळे ढिले झाले होते. त्यामुळे 'छाये'सारखी हुकमी रसनिर्मिती कुठेच प्रतीत होत नव्हती. विनायकांचं दिग्दर्शन पुष्कळ अंशी त्यांच्या मनाच्या भावस्थितीवर (Mood वर)अवलंबून असे, असं मला वाटतं. अनेक कारणांमुळे या चित्रपटाच्या वेळी ते आपला मूड गमावून बसले होते. साहजिकच कंपनीच्या ज्योतिषीमहाराजांनी 'हे चित्र अतिशय यशस्वी होणार व भरपूर पैसा देणार' असं भविष्य वर्तविलं असूनही कोणत्याही ग्रहाला आमची दया आली नाही!

'ज्वाले'च्या अपयशानं कंपनीची स्थिती मोठी चमत्कारिक झाली. भांडवलाच्या बाबतीत 'हंस' सदैव परावलंबीच होती. 'छाया' व 'धर्मवीर' या चित्रांनी तिला नाव मिळवून दिलं होतं पण नावाचा झगमगाट निराळा आणि पैशाची ऊब निराळी!

१९३८ च्या एप्रिलमधला तो दिवस मला आठवतो. बाबूराव मुंबईहून पुण्याला आले. मी त्या वेळी डॉ. भडकमकरांकडे होतो. अत्र्यांना घेऊन ते माझ्याकडे आले. मी अंथरुणावर पडून होतो. माझ्या अंगात ताप होता. पण बाबूरावांचा उतरलेला चेहरा पाहून आणि त्यांच्या तोंडची चार-दोन वाक्यं ऐकून मामला गंभीर आहे हे मी ओळखलं. मी मुकाट्याने त्यांच्याबरोबर गाडीत जाऊन बसलो. आम्ही तिघं चतुःशृंगीकडे गेलो. आम्ही सर्व गोष्टी मोकळेपणाने बोललो. 'ज्वाले'च्या अपयशानं 'हंस' चा पाया हादरल्यासारखा झाला होता पण बाबूरावांनी या धंद्यातले उन्हाळे-पावसाळे पाहिले होते. त्यांनी धीर सोडला नव्हता. आम्ही दोघांनी एकएक चांगली चित्रकथा त्वरित लिहिली आणि विनायकरावांनी ठराविक मुदतीत दोन्ही चित्रं पुरी केली तर कंपनीचा गेलेला तोल सहज सावरेल असं त्यांचं म्हणणं पडलं. हे एक प्रकारचं आव्हान होतं. आम्ही दोघांनी ते स्वीकारलं. एका वर्षाच्या आत 'ब्रह्मचारी' व 'देवता' ही चित्रं पडद्यावर झळकली. दोन्ही लोकांना फार आवडली. 'ब्रह्मचारी'ने तर लोकप्रियतेचा उच्चांक गाठला. 'ज्वाले'च्या वेळी पराभूत झालेले विनायक पुन्हा विजयी दिग्दर्शक ठरले.

'ब्रह्मचारी'त अत्र्यांच्या विनोदी आणि विडंबक प्रतिभेचा सहजसुंदर आविष्कार प्रेक्षकांना पाहायला मिळला. एका दाढीवाल्या बुवाच्या बडबडीला बळी पडून आजन्म ब्रह्मचर्याची शपथ घेणाऱ्या, ती प्रामाणिकपणे पाळण्याच्या प्रयत्नात हास्यास्पद होणाऱ्या आणि शेवटी मुकाट्यानं आपल्या प्रेयसीबरोबर बोहल्यावर चढणाऱ्या औदुंबर नावाच्या भाबड्या तरुणाची ही कथा आहे. या कथेत सार्वजनिक जीवनातल्या इतर ढोंगासोंगांचाही अत्र्यांनी खुसखुशीत समाचार घेतला आहे. विविध रूपांनी प्रकट झालेला हा विनोद पडद्यावर सतत खळखळत ठेवणं आणि उपरोध, उपहास व विडंबन यांचे सारे बारकावे मूर्तिमंत उभे करणं हे सामान्य

दिग्दर्शकाचं काम नव्हतं. पण सुंदर चित्राला तितकीच सुंदर चौकट बसवावी तसं हाताशी फारशी साधनसामग्री नसतानाही विनायकांनी या चित्रपटातील प्रत्येक दृश्य कल्पकतेनं नटविलं. भोवतालच्या जीवनातून अनेक गमतीदार गोष्टी त्यांनी टिपल्या आणि त्या कौशल्याने वापरून सारा बोलपट हास्याचे तरंग व कल्लोळ यांवर झुलत ठेवला. लेखक व दिग्दर्शक यांच्या समसमान प्रतिमांचा असा संयोग फार क्वचित आढळतो आणि नवलाची गोष्ट ही की, विनायकांनी हे चित्र ठरलेल्या मुदतीत अवघ्या तीन महिन्यांत पूर्ण केलं होतं.

'देवता' बोलपट भावगंभीर स्वरूपाचा होता. 'रिकामा देव्हारा' ह्या कादंबरीच्या कथानकावर तो आधारलेला होता. आपल्या भावंडांसाठी स्वतःच्या सुखाचा होम करणाऱ्या स्त्रीच्या जीवनाचं चित्रण हा त्याचा मुख्य विषय असला तरी त्याच्या अनुषंगाने धार्मिक बुवाबाजी, समाजसेवेच्या नावाखाली वावरणारे समाजकंटक इत्यादिकांच्या उभ्याआडव्या धाग्यांनी त्यांची गुंफण केली होती. नाना तऱ्हांची पात्रं व प्रसंग विनायक किती कौशल्यानं आणि कलात्मकतेनं हाताळीत असत हे या चित्रपटावरून पुन्हा एकदा प्रत्ययाला आलं.

१९३९पर्यंत बाबूराव खलनायक म्हणून प्रेक्षकांना परिचित व प्रिय होते. पण 'देवते'मध्ये त्यांच्याकडे सोज्वळ नायकाची भूमिका आली. दासोपंत (साळवी) व अशोक (बाबूराव) या प्रेमळ पितापुत्रांमधला संघर्ष विनायकांनी मोठ्या परिणामकारकपणे प्रेक्षकांपर्यंत पोचविला. प्रत्येक दृश्य ते किती कल्पकतेनं नटवीत याची 'देवते'तील एक आठवण येथे सांगतो– कामाच्या घाईत नायक अशोक आपली प्रेयसी पुष्पा हिला न भेटता परगावी जातो. मात्र जाण्यापूर्वी तो तिला एक पत्र पाठवितो. ते पत्र हाती पडताच प्रेममुग्ध पुष्पा आपल्या खोलीत जाते आणि खोलीचं दार हळूच लावते. मग ती ते पत्र वाचू लागते. पटकथेत एवढाच मजकूर होता. पण विनायकांनी जे दृश्य घेतलं त्यातली पुष्पा नुसती दार लावीत नाही. प्रियकराचं पत्र ही तिच्या लेखी पृथ्वीमोलाची वस्तू आहे. दार लावून ती आपल्या पलंगावर जाऊन बसते. पत्राला कुणाची दृष्ट लागू नये म्हणूनच की काय मच्छरदाणी सोडते. कॅमेऱ्याने टिपलेली मच्छरदाणीतील परीसारखी दिसणारी पुष्पा आणि 'तुझा – अशोक' या पत्रातल्या शेवटच्या शब्दावर 'तुझा? फक्त तुझा? पुढे'च' लिहायला पेनातली शाई काय संपली होती?' हा तिने फणकाऱ्याने विचारलेला प्रश्न - ते चिमुकलं दृश्य विनायकांनी किती सहजतेनं काव्याच्या पातळीवर आणून ठेवलं हे प्रत्यक्ष पाहिल्याशिवाय कळणार नाही.

'ब्रह्मचारी' व 'देवता' या दोन बोलपटांनी 'हंस'ला पुन्हा पूर्वीची प्रतिष्ठा मिळवून दिली. इतकंच नव्हे तर तिच्यात अधिक भर घातली. हास्य व करुण या दोन्ही रसांवर इतकं असामान्य प्रभुत्व असणारा आणि समस्याप्रधान सामाजिक

कथेला काव्याच्या पातळीवर नेणारा दिग्दर्शक दुसरा कोणी नाही याची जाणीव प्रेक्षकांना होऊन चुकली. विनायकांच्या लोकप्रियतेला उधाण आले.

हे सारं खरं असलं तरी 'हंस'च्या आर्थिक परिस्थितीत फारसा फरक पडला नाही. 'देवता' बोलपट फक्त मराठीत काढला होता. परिस्थितीमुळे 'ब्रह्मचारी' तयार होताच विकून टाकावा लागला. सोन्याची अंडी घालणारी हंसी कोंबडीच्या भावाने जावी तशातला तो सौदा झाला.

विवाहपूर्व प्रेम आणि संसारातील प्रेम ही दोन्ही जशी भिन्न असतात, तशा संस्था काढण्यापूर्वीचा ध्येयवाद आणि ती चालविताना येणारे अनुभव या गोष्टी अगदी निरनिराळ्या आहेत. 'हंस'च्या चालकांत आता पहिली एकजीवता राहिली नव्हती. ओढघस्तीच्या संसारात पतिपत्नीमध्येसुद्धा या ना त्या कारणानं कुरबुर सुरू होते. मनं दुरावू लागतात. तसंच काहीसं इथे घडलं. मात्र अशा स्थितीतही 'हंस'चे तीन बोलपट पडद्यावर झळकले. 'ब्रॅंडीची बाटली', 'सुखाचा शोध' आणि 'अर्धांगी'. त्यातले 'ब्रॅंडीची बाटली' व 'अर्धांगी' हे अत्र्यांच्या कथांवरील बोलपट विनायकांनी दिग्दर्शित केले होते.

'ब्रॅंडीची बाटली' ही काँग्रेसप्रणीत दारूबंदीच्या मोहिमेची पार्श्वभूमी असलेली बगाराम या साध्याभोळ्या कारकुनाची हास्यकथा आहे. या भाबड्या कारकुनावर औषधासाठी ताबडतोब ब्रँडी मिळविण्याची जबाबदारी येते. ब्रँडी कुठे मिळते याचं लवमात्रही ज्ञान नसल्यामुळे ती पैदा करण्याच्या प्रयत्नांत त्याची त्रेधातिरपीट उडते. अनेक हास्यकारक प्रसंग निर्माण होतात. प्रचार हा या कथेचा एक स्पष्ट हेतू असला तरी त्याच्यामुळे हास्याचा ओघ खंडित होऊ नये अशी दक्षता घेण्यात आणि राधाकृष्णाचं स्वप्न, 'तुझ्या ग गुलाबाची कळी लागली', 'राधे मारी भरारी बनात', 'मनमोहना यदुराया' अशी गाणी यांच्या साहाय्यानं चित्रपटाची रंजकता वृद्धिंगत करण्यात विनायकांनी कौशल्य प्रगट केलं होतं.

'अर्धांगी' हा विनायकांनी दिग्दर्शित केलेला पूर्ण विनोदी असा चौथा बोलपट. 'प्रेमवीर', 'ब्रह्मचारी' व 'ब्रॅंडीची बाटली' यांच्यापेक्षा या बोलपटाचा थाटघाट अगदी निराळा होता. त्याची पार्श्वभूमी कौटुंबिक होती. सुशील पण अशिक्षित पत्नीकडे पाठ फिरवून सुशिक्षित फॅशनेबल स्त्रीच्या मागे धावणाऱ्या आचरट तरुणाची चांगली रेवडी उडविली असल्यामुळे या बोलपटाला निराळीच लज्जत आली. साध्या तृणपुष्पाचं कुशल चित्रकारानं सुंदर चित्र काढावं तसं विनायकांचं या चित्राचं दिग्दर्शन होतं.

या बोलपटानंतर 'हंस' बंद झाली. अत्रे-विनायक या जोडीनं विविध व विनोदी बोलपटांचा जो एक छोटासा सोनेरी कालखंड १९३७ नंतरच्या तीन-चार वर्षांत निर्माण केला त्याच्याशी तुल्यबळ असं काहीही या दोन तपांत मराठी चित्रसृष्टीत घडलेलं नाही.

'हंस पिक्चर्स' चं 'नवयुग' चित्रपट लिमिटेड' मध्ये रूपांतर झालं. पदोपदी

त्रस्त करून सोडणाऱ्या भांडवलाच्या कटकटी आता कमी होतील आणि कलेच्या निर्वेध उपासनेला आपण मोकळे होऊ असं स्वप्न विनायक या वेळी पाहत होते. एक-दोन अपवाद वगळता इतर प्रमुख मंडळीही या स्वप्नसृष्टीतच विहार करीत होती. यांपैकी प्रत्येकाचं स्वप्न निराळं होतं, हा भाग अलाहिदा! पण या सर्वांच्या स्वप्नांना सत्यसृष्टीत उतरायला अवसरच मिळाला नाही.

विवेकानंदांनी एके ठिकाणी म्हटलं आहे 'भारतात तीन माणसं पाच मिनिटेदेखील आपसात मिळून-मिसळून कार्य करू शकत नाहीत. प्रत्येकजण अधिकारप्राप्तीसाठी धडपड करतो आणि शेवटी संपूर्ण संस्थेचीच नासाडी होते.' 'नवयुग'च्या वेळी हे कटु सत्य सर्वांच्या प्रत्ययाला आलं.

महाराष्ट्राला असलेला दुहीचा शाप राजकारणापासून शिक्षणापर्यंतची क्षेत्रंच व्यापून राहिलेला नाही. कलेच्या क्षेत्रातही प्रत्येक पिढीवर त्यानं आपला अमंगल प्रभाव दाखविला आहे. कलाकार स्वभावत:च आत्मकेंद्रित असल्यामुळे अनेक कलावंतांनी गुण्यागोविंदानं एकत्र नांदणं हे कदाचित आवळ्या-भोपळ्याची मोट बांधण्याइतकं अवघड असेल! कारणं कोणतीही असोत आणि दोषांचं खापर कुणीही कुणाच्याही माथी फोडो, ज्या अभिनिवेशानं 'नवयुग'ची स्थापना झाली, तो पुढे फार दिवस टिकला नाही हे मात्र खरं.

प्रथमत: अत्रे आणि नंतर बाबूराव व पांडुरंगराव कंपनी सोडून गेले. चित्रपटकलेशी ज्यांचं सख्खं सोडा, पण दूरचंही नातं लागणं अशक्य होतं अशा मंडळींचा भरणा 'नवयुग' च्या सूत्रधारांत झाला. आपल्याला मनासारखी चित्रं काढायला संधी मिळणार ही विनायकांची कल्पना निव्वळ कल्पनाच ठरली!

'अमृत' चित्रपटाच्या वेळी कंपनीच्या एका विद्वान डायरेक्टरनं चित्रपटकथेची चर्चा करण्याकरिता मला बोलावलं. मी त्यांच्याकडे गेलो. त्या मुलाखतीत त्यांनी मला महत्त्वाची अशी एकच सूचना केली. ते म्हणाले, 'अमृत हे नाव काही या चित्रपटाला शोभत नाही! ते एखाद्या पौराणिक बोलपटाला ठीक आहे. मी सांगतो ते नाव द्या तुम्ही.' मी त्यांच्याकडे कुतूहलाने पाहू लागलो. त्यांनी नाव सुचविलं. 'हा व्यवहार आहे', 'लग्न पाहावे करून'च्या वेळी अशीच नाव फार लांबट असल्याची तक्रार सुरू झाली.

या किरकोळ गोष्टी हसण्यावारी नेता आल्या असत्या. पण पुढे कंपनीच्या चालकांनी सर्वज्ञ बनून चित्रपटाच्या कथेत फेरफार सुचवायला सुरुवात केली. 'अमृत'ची पडद्यावर आलेली कथा अशीच थोडीफार छिन्नभिन्न झालेली आहे. मूळची कथा शोकान्त होती पण थेटरामधून लोकांनी डोळे पुशीत जावं हे कंपनीच्या सहृदय संचालकांना बरं वाटेना. तिखटमिठाचं पक्वान्न गोड करायचा हुकूम त्यांनी सोडला. 'छाये'प्रमाणे याही कथेत विनोदाला वाव नव्हता. पण कंपनीच्या डायरेक्टरांपुढे

चित्राच्या डायरेक्टरला हार खावी लागली! कथेतील चिटकोबाचं जुजबी पात्र वाढविण्यात आलं. तथाकथित रोमँटिक प्रसंग आणि त्यांना शोभणारी गुलगुलीत गाणी यांचं गुलाबपाणी कथेतल्या संघर्षाच्या आगीवर शिंपडण्याची दक्षता घेतली गेली.

हे सारं मान्य करताना विनायकांना किती मनस्ताप झाला असेल याची कुणालाही कल्पना करता येईल. 'प्रफुल्ल पिक्चर्स' काढून मुंबईला गेल्यावर ते दोन-तीनदा मला म्हणाले होते, मी 'अमृत!'ची कथा पुन्हा घेणार आहे. अगदी माझ्या मनासारखी. त्या 'अमृत' नं तुम्हाला न्याय दिला नाही.'

विनायकांची विसकळीत मन:स्थिती :

दिग्दर्शक या नात्याने विनायक अष्टपैलू होते पण त्यांच्यातल्या कलावंतात एक प्रकारचा लहरीपणा होता. प्रतिभेच्या स्फुरणाच्या किंवा कलेच्या निर्दोषतेच्या आहारी ते गेले म्हणजे त्यांना चित्रपटाच्या व्यावहारिक बाजूचं भान राहत नसे. चित्रपट ही जशी एक नाजूक संमिश्र कला आहे तसा तो प्रचंड गुंतागुंतीचा पण प्रसंगी फसवा असा धंदा आहे. ठराविक पैशांत आणि ठरलेल्या मुदतीत चित्र काढलं तरच ते व्यवहारदृष्ट्या फायदेशीर होण्याचा संभव अधिक! 'छाया' किंवा 'ब्रह्मचारी' वगळता ही जाणीव विनायकांनी सहसा प्रकट केली नाही. त्यांच्या कलेच्या जगात घड्याळ, कॅलेंडर वगैरेंना जसे मानाचं स्थान नव्हतं तसं कर्ज, व्याज, भांडवल इत्यादिकांच्या विचारांनाही नव्हतं. त्यामुळे कंपनीच्या आर्थिक व्यवहारावर सतत ताण पडे. 'लग्न पाहावे करून' सारखं एखादं चित्र सोडलं तर 'नवयुग' मध्येही निश्चित कालमर्यादेत आणि पूर्वनियोजित खर्चात कोणतंही चित्र क्वचितच पुरं झालं असेल!

'हंस' मध्ये विनायक निदान बरोबरीच्या कलावंतांच्या वर्तुळात वावरत होते. तिथे त्यांच्यावर जे नियंत्रण किंवा दडपण येई ते त्यांच्याइतकीच कलेची कदर असलेल्या व्यक्तींकडून! 'नवयुग'मध्ये या दुःखातल्या सुखालाही ते पारखे झाले! कलावंताचं मन जितकं तरल तितकंच विचित्र असते! त्याच्या स्वाभिमानाच्या कल्पनाही नाजूक असतात. या सर्व कारणांमुळे दोन-तीन वर्षांतच 'नवयुग'मध्ये त्यांची मन:स्थिती कशी झाली होती हे खालील पत्रावरून दिसून येईल

पुणे.
४ जुलै १९४२.

प्रिय भाऊसाहेब,
काहीच काम नाही. दोन दिवस इकडे अगदी गरमागरमीचे गेले. काम खूप

आहे. करतोही तसा. पण अगदीच विस्कळित झाले आहेत विचार. वाटतं की, पुन्हा नवीनच मांडावा संसार. भोवतालचे विचार पटत नाहीत. ते आपलेच आहेत असं मानून काम करणं जमत नाही. मग खूप कुचंबणा होते. 'हे माझे विचार नव्हते' असं म्हणायलासुद्धा व्यवहार मनाई करतो. दुसरं काही करणंच शक्य नसतं तर ही गुलामगिरी ठीक होती. पण मी हे का सहन करावं हेच कळत नाही.

'हंस' आणि 'नवयुग' चा संसार एकच ठरणार की काय कोण जाणे! तुम्ही कसे आहात? मुलांची प्रकृती? वहिनींची?

तिकडंसुद्धा खूप पाऊस पडत असेल. इकडं पुण्यात असा पाऊस कधीच पडला नव्हता म्हणतात.

तुमची कादंबरी कुठपर्यंत आली? 'विशाखा' वाचतो आहे. प्रस्तावनेशिवाय काव्य लोकांना कळलं नसतं. मला खरंच कविता आवडल्या.

वाटतं की, तुमच्याकडे येऊन बोलत बसावं. फार दिवसांनी असे विचार मनात आले. मनाला बरं वाटावं म्हणूनच आता लिहीत बसलो. आल्यावर बोलेनच.

तुमचा,
विनायक

केवळ कलेकडे लक्ष देऊन चित्र काढण्याइतका निर्वेधपणा विनायकांना 'हंस'मध्ये अधिक प्रमाणात लाभला. 'नवयुग'मध्ये व्यवहाराकडे दुर्लक्ष करून आपल्या हस्तिदंती मनोऱ्यात राहणं त्यांना शक्य नव्हतं. त्यामुळे व्यावहारिक विचारांनी त्यांचं मन अनेकदा व्यग्र होई. असं असलं तरी 'लग्न पाहावे करून', 'अमृत' व 'सरकारी पाहुणे' ही त्यांनी दिग्दर्शिलेली तिन्ही चित्रं त्यांच्या पूर्वीच्या लौकिकाला शोभतील अशीच निघाली.

'अमृत'च्या कथेत त्यांना नको असलेले काही बदल करावे लागले हे खरं. पण असं असूनही त्या कथेतल्या संघर्षाची उग्रता आणि तीव्रता त्यांनी परिणामकारक रीतीने चित्रित केली. दारूसाठी आपले माड देणारे आणि 'दारू प्या म्हणून मी काही कुणाला सांगायला गेलो नाही! माझी श्रीमंती धर्माची आहे, न्यायाची आहे.' असा तोरा मिरविणारे जमीनदार बाप्पा; एरवी प्रेमळ पण दारूच्या पायी बायकापोरांचा छळ करणारा कृष्णा चांभार; आपला नवरा व्यसनमुक्त व्हावा व माणसांत यावा म्हणून बाप्पांनी दारूला माड देऊ नयेत अशी त्यांच्यापुढे पदर पसरून भीक मागणारी सुंदर सीता चांभारीण आणि लाडामुळे बहकलेला बाप्पांचा मुलगा विलास या चौघांच्या संघर्षातून 'अमृत'ची कथा निर्माण झाली आहे. कोकणच्या सुंदर पार्श्वभूमीमुळे हे चित्र विशेष प्रेक्षणीय झालं. बाप्पा (साळवी), कृष्णा चांभार (बाबूराव पेंढारकर) आणि सीता चांभारीण (ललिता पवार) या तिघांचा या चित्रपटातला

अभिनय दीर्घकाळ प्रेक्षकांच्या मनात राहावा असा होता.

विनायकांच्या दिग्दर्शनात 'छाये'च्या वेळची चमक होती. अंती होणारा बाप्पांचा पराभव सूचित करण्याकरिता, एक कोळी जाळ्यात सापडलेला भला मोठा मासा किनाऱ्यावर फेकीत असल्याचं दाखवून त्यांनी चित्राला सुरुवात केली होती. सीता आपल्या मुलीला पुरण्याकरिता जाते, तेव्हा मृत्यूच्या विक्राळ दाढांची जाणीव व्हावी अशा दोन प्रचंड उभ्या खडकांच्या मधून त्यांनी सीतेला नेलं होतं. हे दोन खडकांचं दृश्य शोधण्याकरिता त्यांनी तब्बल एक दिवस भ्रमंती केली होती. 'अमृत'मधल्या अल्लड लताच्या दिवास्वप्नाइतकंच दुर्दैवी दिगंबराचं वेडही त्यांनी पडद्यावर सजीव केलं होतं.

'लग्न पाहावे करून' व 'सरकारी पाहुणे' ही दोन्ही चित्रं विनोदी होती. चिमणराव आपली बहीण चिमी हिचं लग्न किती कष्टानं जमवितो आणि गुंड्याभाऊच्या मदतीने तिला नांदवून न घेणाऱ्या नवऱ्यावर कसा विजय मिळवितो याविषयींच्या चिंतामणराव जोशी यांच्या कथांवर हा बोलपट आधारलेला होता. चिमणराव व गुंड्याभाऊ चंदनवाड संस्थानचे पाहुणे म्हणून गेल्यावर तिथे त्यांना कोणत्या प्रकारचा पाहुणचार मिळतो आणि त्यातून ते सहीसलामत आपली सुटका कशी करून घेतात याचं चित्रण 'सरकारी पाहुणे' मध्ये होतं. चिं. वि. जोशी यांच्या 'स्टेट गेस्ट' या कथेला त्यांच्या दुसऱ्या एकदोन कथांतील काही प्रसंगांची जोड देऊन हे कथासूत्र तयार करण्यात आलं होतं.

अत्रे व चिं. वि. जोशी यांच्या विनोदाची जातकुळी एक नाही. पण स्वभावनिष्ठ घरगुती पद्धतीचा आणि सामान्य मनुष्याला पदोपदी स्वतःच्या दैनंदिन अनुभवाची आठवण करून देणारा जोशी यांचा विनोद अत्र्यांच्या विनोदाइतकाच विनायकांनी कुशलतेने हाताळला. प्रवाही, प्रसन्न व चित्रमय शैलीने त्यांनी तो पडद्यावर साकार केला. विनायकांचं विनोदी दिग्दर्शन या दोन बोलपटांत अधिक स्वाभाविक व अधिक दिलखुलास झाल्याचा प्रत्यय रसिकांना आला.

'लग्न पाहावे करून' मधील उकिडवे आय. सी. एस. यांच्याकडे चिमीसाठी चिमणराव जातो तेव्हाचा उकिडवे, निरनिराळी वधूपक्षीय मंडळी आणि मध्येच दत्त म्हणून येऊन उभी राहणारी उकिडव्यांची आंग्ल पत्नी यांचा पंचरंगी सामना, 'रुसला कान्हा' सारखी गाणी, आपला मेव्हणा बापुराव याने हातावर तुरी देऊन पळून जाऊ नये म्हणून चिमणराव व गुंड्याभाऊ त्याला मध्ये घालून पोस्टात नोकरीवर पोचवितात आणि तिथून परत आणतात, त्या वेळचे दृश्य व लष्करी पार्श्वसंगीत, 'सरकारी पाहुणे' या चित्रपटाच्या प्रारंभीचा कुत्र्याच्या आजाराचा प्रसंग, गुंड्याभाऊ व केशर नायकीण यांची गायन स्पर्धा आणि शेवटचं चिमणरावांचं उपास प्रकरण— यांतल्या प्रत्येक दृश्यावर विनायकांच्या कल्पकतेचा ठसा होता.

'नवयुग'मध्ये आपली कुचंबणा होत आहे असं वाटू लागताच विनायकांनी स्वतंत्र कंपनी काढण्याचा विचार केला. ते 'नवयुग' सोडीत आहेत याची कुणकुण लागताच एका मोठ्या चित्रसंस्थेने त्यांना आपल्याकडे बोलाविलं. दरमहा दीड-दोन हजार रुपये पगार, चित्राच्या नफ्यात काही टक्के हिस्सा, कथा व प्रमुख नटनटी यांच्या निवडीबाबत पूर्ण स्वातंत्र्य, इत्यादी गोष्टी या नोकरीमुळे विनायकांना मिळाल्या असत्या. या बाबतीत माझा सल्ला विचारायला ते आले. आतापर्यंतचा अनुभव लक्षात घेऊन 'ही नोकरी तुम्हाला व तुमच्या कलेला उपकारक होईल, तुम्ही ती जरूर स्वीकारा' असे मी त्यांना सांगितले. विनायकांच्या कलेचं फुलपाखरू जितकं सुंदर तितकंच चंचल होतं. जणू काही एका निराळ्या स्वप्नसृष्टीतच त्यांचं मन विहार करीत असे. दिग्दर्शक या नात्याने त्यांची शक्ती नाविन्याने वेडावून जाण्यात, स्वप्नांमागून धावण्यात आणि सौंदर्याच्या ओझरत्या स्पर्शाने धुंद होण्यात होती. पण कलावंताच्या डोळ्यांपुढे नाचणारी स्वप्नसृष्टी आणि पावलोपावली रुपये, आणे, पैंचा मंत्र जपणारी सत्यसृष्टी यांचा मेळ जमणं अवघड आहे. मालक किंवा संचालक म्हणून व्यावहारिक गोष्टींत मन घालताना त्यांच्यातल्या कलावंताची जी ओढाताण होई ती मी पाहिली होती. त्यांनी ही नवी नोकरी केली तर त्यांना जरूर ते स्वास्थ्य मिळून त्यांच्या कलेचं अधिक परिणत रूप पडद्यावर पाहायला मिळेल अशी माझी खात्री होती. म्हणून मी त्यांना नोकरी करण्याचा सल्ला दिला. पण त्यांनी तो मानला नाही. उलट मलाच प्रश्न केला, 'मी जर ही नोकरी पत्करली तर माझ्यावर जी लहान मोठी शे-सव्वाशे माणसं अवलंबून आहेत ती काय करतील? मी कदाचित सुखी होईन! पण या माणसांची माझ्यावर काहीच जबाबदारी नाही काय?'

अशा रीतीने 'प्रफुल्ल पिक्चर्स' ची स्थापना झाली. 'माझं बाळ' हे या कंपनीचं पहिलं चित्र. कुमारी मातेचं जीवन हा त्याचा कथाविषय. नायिका शशी हिचा प्रियकर रवींद्र भूमिगत चळवळीत भाग घेणारा एक साहसी युवक. तो सरकारच्या हाती सापडतो. फाशी जातो. शशीवर आड-विहीर जवळ करायची पाळी येते पण अण्णांच्या आश्रमात तिला आश्रय मिळतो. तिचं अपत्य तिथे वाढविलं जातं. ती परिचारिका होण्याकरिता जाते. तिचा अभ्यासक्रम पूर्ण झाल्यावर ज्या नर्सिंग होममध्ये ती काम करते, तिथे मनोहर वकील येतो. त्याला हवी असलेली मायेची वागणूक शशीकडून मिळते. या परिचयाचं प्रेमात रूपांतर होतं. पण आश्रमात असलेल्या आपल्या अपत्याविषयी शशी मनोहरला काही सांगू शकत नाही. या सर्व परिस्थितीतून 'माझं बाळ'ची कथा विकसित होत जाते.

या चित्राचा विषय 'छाये'सारखाच नाजूक व अवघड होता पण विनायकांनी तो समर्थपणे हाताळला. पुण्याला या चित्राचं उद्घाटन महर्षी अण्णासाहेब कर्वे यांच्या हस्ते झालं. पुढे काही दिवसांनी अण्णासाहेब व सौ.बाया ही दोघं काही निमित्तानं

कोल्हापूरात आली.त्या वेळी सौ. बायांनी त्या उद्घाटनाची हकीगत मला सांगितली—
'चित्र संपले तरी अण्णासाहेब कितीतरी वेळ जागच्या जागी डोळे पुशीत बसले
होते.' हे चित्र मोठ्या आवडीने पाहिल्यानंतर बॅरिस्टर जयकर म्हणाले होते,
''आमच्या कोर्टातल्या वकिलांना एकदा हे चित्र पाहायला लावलं पाहिजे. वकील
कसा असावा याचे धडे त्यांना साळवींपासून शिकता येतील.''

विनायकांच्या दिग्दर्शनातील ओज या चित्रात पुन्हा एकदा लोकांना प्रतीत
झालं. त्यांची कला आता स्वतंत्र रीतीने चमकू लागणार असा विश्वास त्यांच्या
हजारो चाहत्यांच्या मनात निर्माण झाला, पण ते घडायचं नव्हतं. 'माझं बाळ' हे
चित्र आखून घेतलेल्या मर्यादांत विनायकांच्या हातून पुरं झालं नाही. चित्रपटाच्या
धंद्यात 'काळ, काम, वेग' या प्रकरणाचं प्रस्थ फार मोठं आहे. कारण त्याच्यावर
'नफातोटा' हे अत्यंत महत्त्वाचं प्रकरण अवलंबून असतं. पण या गणितात
विनायकांची फारशी गती नव्हती. नव्या वर्षाच्या पहिल्या दिवशी माणसाने खूप
चांगले संकल्प करावेत त्याप्रमाणे प्रत्येक नव्या चित्राच्या प्रारंभी कोणतीही व्यावहारिक
चूक न करण्याचा निश्चय विनायक करीत. कागदावर सर्व आखणी अगदी काटेकोर
होई. पण ते एकदा चित्र घेऊ लागले म्हणजे ते कुठे कसं वाढेल आणि कोणतं
चित्रण किती वेळ खाऊन जाईल याचा नेम नसे. 'देवते'चं शूटिंग सुरू होताच
अशोक व दासोपंत यांचं एक साधं दृश्य त्यांनी जवळजवळ आठशे फूट घेतलं
होतं. 'छाये'च्यावेळी प्रकाश व छाया यांच्यातील प्रेमभावनेचा विकास कसा सूचित
करायचा हा माझ्यापुढे प्रश्न होता. दोघंही काव्यप्रेमी म्हणून दोघांच्या तोंडी चारदोन
अर्थपूर्ण काव्यपंक्ती घालून मी ते दृश्य लिहिलं. पण असल्या तुटक ओळींच्याऐवजी
दोघांच्या तोंडी दोन प्रेमगीतं घालावीत असं विनायकांचं म्हणणं पडलं. रसदृष्ट्या
मला ते पटलं. 'नादात गुंगसी रे, शब्दात बोल बाले' ही बोरकरांची कविता
प्रकाशसाठी आणि 'नि:स्तब्ध राहा आता प्रणया' ही दुसरे गोमंतकीय कवी कारे
यांची कविता छायेसाठी मी निश्चित केली. चांदण्या रात्रीचं या गीतांचं चित्रीकरण
विनायकांनी मोठं सुरेख केलं होतं असं मी नंतर ऐकलं. पण ही प्रेमगीतं पडद्यावर
कधीच आली नाहीत. संकलकानं चित्रपट मर्यादित ठेवण्याकरिता कारे, बोरकर,
विनायक या सर्वांच्या प्रेमाला बाजूला गुंडाळून ठेवले.

'माझं बाळ'मधला असाच एक अनुभव आठवतो. तयार झालेला काही भाग
पाहण्याकरिता आम्ही बसलो. नायिका शशी नर्सिंग शिकायला जाते हा या कथेतला
एक अगदी छोटा दुवा. ती नर्सिंग शिकायला गेली आणि शिकून तयार झाली एवढं
झटपट दाखविणं कथेच्या दृष्टीनं पुरं होतं. पण विनायक एवढ्यावर कसले संतुष्ट
होतात? त्यांनी शशीच्या नर्सिंगच्या शिक्षणाची शेकडो फुटांची फिल्मच घेतली
होती. हा सारा नर्सिंग कोर्स पडद्यावर येणाऱ्या चित्रात समाविष्ट होऊ शकला नाही

हे सांगायला नकोच. मी अनेकदा थट्टेनं त्यांना म्हणत असे 'तुमच्या प्रत्येक चित्रातले असे कापून टाकलेले भाग एकत्र करून दाखविले तर व्हरायटी एंटरटेनमेंटसारखे चार-दोन चांगले कार्यक्रम तयार होतील.'

कंपनी सुव्यवस्थित चालावी म्हणून दोन संचांनी एकदम काम करण्याची कल्पना 'प्रफुल्ल'च्या प्रारंभी विनायकांनी पुरस्कारिली, पण तिची व्यवस्थित अंमलबजावणी कधीच होऊ शकली नाही. त्यामुळे ज्या आर्थिक स्वातंत्र्यासाठी मृगजळामागे धावणाऱ्या हरणाप्रमाणे विनायक धावत होते, ते तर त्यांच्या हाताला लागलं नाहीच, उलट कंपनीचा मालक या नात्याने नाना प्रकारच्या आर्थिक काळज्या आणि जबाबदाऱ्या त्यांच्या एकट्यांच्या शिरावर घ्याव्या लागल्या. रंगीबेरंगी फुलपाखरू काड्यांच्या पेटीत कोंबून ठेवावं तशी त्यांच्यातल्या कलावंताची स्थिती झाली.

त्यावेळी दुसरं महायुद्ध सुरू होतं, म्हणून युद्धाची थोडीफार पार्श्वभूमी असलेली *** भाऊ ही कथा विनायकांनी घेतली. पुढे सरकारला एक युद्धचित्र देणं आवश्यक होतं त्यामुळे 'बडी माँ' हे चित्र त्यांनी काढलं. चित्र हिंदीत घ्यायचं असल्यामुळे माझ्या मूळच्या कथेत झिया सरहदी या लेखकाकडून हिंदी प्रेक्षकांना आवडतील असे वाटणारे अनेक बदल करून घेतले! नूरजहानसारखी स्वरसम्राज्ञी गायिका म्हणून या चित्राला लाभली. पण व्यग्र मन:स्थितीमुळे असो किंवा अन्य कारणामुळे असो हे दोन्ही चित्रपट लोकप्रिय झाले नाहीत. त्यात विनायकांची कारागिरी असेल; पण त्यातला कलावंत कुठे फारसा चमकला नाही.

'बडी माँ'च्या प्रारंभीचं काम सुरू असतानाच मुंबईला जाण्याच्या कल्पनेभोवती विनायकांचं मन पिंगा घालू लागलं. त्यांच्या अनेक पत्रकार मित्रांना आणि स्नेह्यासोबत्यांना कोल्हापूर हे विनायकांच्या कर्तृत्वाच्या दृष्टीनं फार संकुचित क्षेत्र आहे असं वाटत होतं. कोल्हापूरला राहून आणि नुसती मराठी चित्रं काढून फारसा फायदा होणार नव्हता हे उघड होतं. मुंबईला गेलं की, हिंदी चित्रंही काढता येतील, भांडवल मिळविण्याचे मार्ग सुलभ होतील, प्रसिद्धीच्या दृष्टीनं. तिथलं वास्तव्य उपकारक होईल; इत्यादी इत्यादी गोष्टी त्यांच्या स्वप्नाळू स्वभावाप्रमाणे त्यांना खऱ्या वाटल्या. कंपनी मुंबईला गेली पण ज्या स्वप्नांना भुलून विनायक मुंबईला धावले ती त्यांच्यापुरती तरी खरी झाली नाहीत. कलेच्या तालावर धंदा नाचत नाही, धंद्याच्या तालावर कला नाचते पण या कटू सत्याचे विनायकांना भान राहिलं नाही. मुंबईला नाना प्रकारच्या लोकांचा, पत्रकारांचा आणि कविलेखकांचा गराडा त्यांच्याभोवती पडला. त्यांच्यातले साधू कोण आणि स्वार्थसाधू कोण हे विनायकांना कळणं कठीण होतं. त्यामुळे हळूहळू विनायकांची स्थिती 'म्हातारा आणि त्याचा बैल' या गोष्टींतल्या म्हाताऱ्यासारखी झाली. या व्यवहारी जगात दुसऱ्याकडून बनविलं जाणं हा घोर अपराध आहे हे ते विसरले!

मुंबईला काढलेल्या 'सुभद्रा' चित्रात त्यांच्या दिग्दर्शनाच्या कौशल्याची थोडीफार चमक दिसली. हे चित्र रॉक्सी सिनेमात खूप लोकप्रिय झालं होतं. पण त्याच्या बाराव्या आठवड्यात मुंबईला हिंदू-मुसलमानांचा दंगा झाला आणि ते बंद पडले.

'सुभद्रा' सोडली तर मुंबईच्या वास्तव्यात त्यांच्या पदरी जे काही पडलं त्यात कर्जे, निराशा, वंचना आणि या सर्वांमुळे मनाची व कलेची गोंधळलेली अवस्था एवढ्याच गोष्टी होत्या. अशा स्थितीतच नृत्यूनं अगदी अचानक त्यांच्यावर झडप घातली. 'छाये'पासून 'माझं बाळ'पर्यंतची सात वर्षांतली त्यांची चित्रं ज्यांनी अभिमानयुक्त आनंदानं पाहिली होती आणि त्यांच्या भावी कर्तृत्वाबद्दल अनेक आशा उराशी बाळगल्या होत्या, त्या हजारो मराठी रसिकांच्या मनात एकच शोकार्द्र विचार आला– कल्पलतेची एक अतिशय सुंदर कळी पुरी उमलण्याच्या आतच खुडली गेली!

१९३६मध्ये 'छाये'चे दिग्दर्शक म्हणून विनायक लोकांच्या डोळ्यात भरले. या क्षेत्रात एक नवा तेज:पुंज तारा उगवला अशी महाराष्ट्राची खात्री झाली. पण हा तारा अवघी दहा वर्षे चमकत राहिला! १९४७ साली ध्यानीमनी नसताना, अगदी अकाली तो तुटून पडला!

विनायकांचं जसं आपल्या आईवर आणि कलेवर तसंच देशावरही असीम प्रेम होतं. स्वातंत्र्याकरिता झुरण्याचं-प्रसंगी मरण्याचं– बाळकडू ज्या पिढीला पाळण्यातच पाजलं गेलं होतं, त्या पिढीच्या कलावंतांचे ते प्रतिनिधी होते. स्वातंत्र्य येणार या कल्पनेनंच त्यांच्या स्वप्नांचा प्राजक्त बहरून गेला होता. पण नियती इतकी क्रूर की, ते आलेलं स्वातंत्र्य पाहायला ते पुरते चार दिवसही या जगात राहिले नाहीत! या चार दिवसांत स्वातंत्र्याचे त्यांना जे दर्शन झालं असेल तेही मृत्युशय्येवरून! उंच-उंच उड्डाण करण्यासाठी पराक्रमी पक्ष्यानं आपले विशाल पंख पसरावेत आणि त्याच क्षणी पारध्याचा बाण काळजात घुसून तो खाली कोसळावा तशीच त्यांच्या जीवनाची आणि कलाविषयक स्वप्नांची स्थिती झाली.

'A lily of a day

Is fairer far in May

Although it fall and die that night

It was the plant and flower of light

या उक्तीने स्वत:चं सांत्वन करून घेण्याशिवाय चित्रपटरसिकांना गत्यंतर उरलं नाही!

विनायकांचं कर्तृत्व अवघ्या एका दशकातलं! त्याचं मूल्यमापन करू लागलं म्हणजे मराठी साहित्यातल्या अशाच एका प्रभावी पण अल्पायुषी जीवनाची– गडकऱ्यांची– आठवण होते. गडकऱ्यांप्रमाणे विनायकांनाही प्रतिभेचा वरदहस्त लाभला होता. गुलाबाला जसे काटे, तसे गुणांच्या अनुषंगाने दोष असतातच. या

दोघांची प्रतिभा विद्युल्लतेसारखी तेजस्वी असल्यामुळेच की काय, तिच्याइतकीच लहरी होती!

गडकऱ्यांचं 'पुण्यप्रभाव' व 'राजसंन्यास' यांचं थोडंसं लेखन मी पाहिलं आहे. एखाद्या दिवशी एखाद्या प्रवेशातला काही भाग ते इतका सुंदर लिहीत की, तो वाचून मन धुंद होऊन जाई, पण दुसऱ्या दिवशी त्याच्या पुढचा भाग वाचायला मिळेल अशी आशा करणं मात्र वेडेपणाचं ठरे. विनायकांच्या बाबतीतही थोडंफार असंच घडे. गडकऱ्यांच्या लहरी प्रतिभेचा त्रास पुष्कळसा त्यांना स्वत:लाच भोगावा लागला. विनायक एका गुंतागुंतीच्या आणि मोठ्या प्रमाणात भांडवलावर अवलंबून असलेल्या धंद्याच्या मध्यभागी उभे होते. त्यामुळे त्यांच्या लहरी प्रतिभेचा ताप जितका त्यांना तितकाच त्यांच्या भोवती वावरणाऱ्या लोकांना झाला.

गडकऱ्यांशी असलेलं विनायकांचं साम्य इथेच संपत नाही. या दोघा कलावंतांचं व्यक्तित्व जणू काही विधात्यानं एकाच रसायनानं बनविलं होतं. दोघांच्याही कलेत चिकित्सकांना जाणवणारे अनेक दोष असूनही त्यांच्या प्रतिभेत लाटांखाली सारे खडक सहज झाकून टाकण्याचं भरतीच्या समुद्राचं सामर्थ्यही आहे. घरी बसून सहज वाचू लागलं तरी गडकऱ्यांच्या भाषेच्या शृंगारानं, कल्पनेच्या नृत्यानं आणि भावनेच्या संगीतानं मनुष्य भारून जातो. त्याची स्थिती झपाटल्यासारखी होते. प्रेक्षकाला असं धुंद करून सोडण्याचं सामर्थ्य विनायकांच्या दिग्दर्शनातही होतं. त्यांच्या कलेला अजून परिपक्वता यायची होती पण 'छाये'पासून 'माझं बाळ' पर्यंत त्यांनी जी चित्रं दिग्दर्शित केली, त्यांत नुसतं सुंदर पण निर्जीव चित्रपटतंत्र नव्हतं; केवळ कुशल कारागिरी नव्हती! त्यात होतं कलेला आव्हान! सौंदर्याला आवाहन! कोमल कल्पना, नाजूक भावना आणि बंडखोर विचार यांचा संगम त्यात होता.

पण या सर्व गोष्टींपेक्षा मला जे अधिक आश्चर्य वाटतं ते गडकरी आणि विनायक या दोघांतल्या एका विलक्षण आंतरिक साम्याचं! मराठी नाटकाच्या प्रेक्षकाला गडकऱ्यांनी जितकं हसविलं, तितकं त्यापूर्वी कुणीच हसविलं नव्हतं. विनायकांच्या विनोदी चित्रांबाबत हेच म्हणता येईल. त्यांच्या पूर्वीचा पडद्यावरील विनोद-लठ्ठपणा आणि खादाडपणा या दोन कुबड्या घेऊन चालण्याचा प्रयत्न करणारा विनोद-हास्यकारक नव्हता; हास्यास्पद होता!

पण आपल्या प्रेक्षकाला हास्यकल्लोळानं प्रफुल्लित करणाऱ्या या दोघा प्रतिभावंतांचं अंतरंग आनंदी होतं का? मला वाटतं, त्यांच्या आत्म्याचा स्थायीभाव हास्य नव्हता, कारुण्य होता. हास्याचे पाट वाहवत ठेवूनही त्यांचं अंतरंग आत कुठेतरी कोरडंच राही. लहानपणापासून भोगलेलं दु:ख व दारिद्र्य आणि कोवळ्या मनानं टिपलेली जीवनातली वंचना, विसंगती आणि विफलता यांमुळे या दोघांचं अंतरंग जे एकदा विद्ध होऊन गेलं होतं ते कायमचंच! कल्पकतेच्या बळावर त्यांनी

नानाविध प्रसंग नटविले. निरनिराळे रस निर्माण केले पण त्यांच्या अंतरंगातल्या अंतरंगात कुठेतरी माणसाच्या एकाकीपणाची, त्याच्या अगतिकतेची, नियतीच्या हातातील तो एक क्षुद्र, कळसूत्री बाहुलं असल्याची आणि हे सारं कळत असूनही तो दुसऱ्या माणसाशी पदोपदी ज्या बधिरतेनं वागतो तिच्या भीषणतेची तीव्र जाणीव रुतून बसली होती, सतत खुपत होती. 'घन तमी शुक्र बघ राज्य करी' ही ओळ सहज गुणगुणणारे विनायक मी अनेकदा पाहिले आहेत पण त्यांच्याशी बोलू लागलं की 'अवेळ तरिही बोल, कोकिळे, अवेळ तरिही बोल' या ओळीतील आर्ततच आत कुठेतरी त्यांना व्यथित करीत आहे याची जाणीव झाल्याखेरीज राहत नसे.

जातिवंत कलावंत— मग ते कादंबरीकार हरिभाऊ आपटे असोत, चित्रकार आबालाल रेहमान असोत, नटवर्य गणपतराव जोशी असोत, गायिका लता मंगेशकर असोत— जन्मतःच आपल्या कलेची कवचकुंडलं घेऊन आलेली असतात. त्यांची प्रतिभा हे देवघरचं लेणं असतं. असं असलं तरी त्यांच्या कलेची जडणघडण अनेक संस्कारांनी घडत जाते. विनायकांच्या कलेचा विकासही असाच झाला होता. ललित साहित्याच्या स्वप्नसृष्टीत स्वतःला विरघळवून टाकावयाचं आणि वास्तवातील दुःखं विसरून जायची हे ते लहानपणीच शिकले. निसर्गानं जिच्यावर अनंत हस्तांनी कृपा केली आहे त्या करवीरनगरीच्या अंकावर लोळतखेळत ते लहानाचे मोठे झाले. साहजिकच साहित्याच्या सहवासात फुलू लागलेल्या नानाविध सौंदर्याची, संगीताच्या धुंद सुरांची आणि निरनिराळ्या कलांच्या आकर्षणाची जोड मिळाली. कोल्हापूरनं अव्वल दर्जाचे अनेक कलाकार महाराष्ट्राला दिले. पण विविध फुलांच्या कळ्यांतून काढलेल्या अत्तराचा संमिश्र वास विनायकांच्या व्यक्तित्वाभोवती जसा दरवळे, तसा तो अन्य कोणाच्याही सहवासात मी अनुभवला नाही.

महात्मा गांधींनी असहकारितेची चळवळ सुरू केली तेव्हा विनायक १३-१४ वर्षांचे असतील. त्या मुग्ध, संस्कारक्षम वयापासून देशात जे-जे घडत होतं ते-ते त्यांनी उघड्या डोळ्यांनी पाहिलं. त्याच्या मागचा ध्येयवाद भक्तिभावनेनं हृदयात साठविला. नव्या आदर्शाची मनात पूजा सुरू केली. एकीकडे कलेच्या सतारीवर नाजूकपणानं बोटं फिरविणारा हा कलाकार रूढी, जुलूम आणि विषमता यांच्याशी मुकाबला करण्याकरिता लीलेनं आपल्या कलेचं शस्त्र बनवू शकला ते याच संस्कारांमुळे!

असं संपन्न व्यक्तित्व घेऊनच विनायकांनी कलेच्या क्षेत्रात प्रवेश केला. त्यामुळेच पौराणिक आणि कल्पनारम्य चित्रांच्या चाकोऱ्यांतून चालविलेल्या चित्रपटसृष्टीला सामाजिक चित्रांचा नवा मार्ग दाखविण्याचं, नवं दालन उघडून ते सुंदर रीतीनं सजविण्याचं आणि बोलपटाला साहित्याची गोडी व काव्याची पातळी प्राप्त करून देण्याचं सामर्थ्य त्यांनी प्रकट केलं. आज त्यांचे अनेक चांगले बोलपट उपलब्ध

नाहीत. अशा स्थितीत त्यांच्या दिग्दर्शनातील कल्पकता, काव्यात्मक किंवा अन्य गुण यांविषयी लिहिणं म्हणजे प्रयोगशाळेवाचून रसायनशास्त्र शिकविण्यासारखं होईल. पण एक गोष्ट निश्चित आहे हिंदी चित्रपटाच्या इतिहासात दिग्दर्शक या नात्यानं त्यांचं स्थान देवकी बोस, प्रथमेश बरुआ आणि सत्यजित रॉय यांच्या पंक्तीत आहे. अन्यत्र नाही.

असा अष्टपैलू दिग्दर्शक व्यावहारिकदृष्ट्या यशस्वी होऊ नये, हे शल्य मनाला टोचत राहतं. पण हे जे घडलं ते अनेक दृष्टींनी अगदी अपरिहार्य होतं. स्वप्नसृष्टी आणि व्यवहारदृष्टी या काही जुळ्या बहिणी नाहीत. कला आणि कारागिरी यांच्या सीमेवर स्वच्छंदानं वावरणाऱ्या एखाद्या भाग्यवंताला स्वप्न आणि व्यवहार यांचा मेळ कदाचित घालता येत असेल. पण आत्यंतिक वृत्तीच्या कलावंताला तो साधणं कठीण आहे. विनायक ज्या लहरी आणि स्वप्नाळू वृत्तीचे कलावंत होते तिला तर हा मेळ सहसा घालता आलेला नाही, अशीच साक्ष इतिहास देईल.

व्यावहारिकदृष्ट्या यशस्वी होण्यासाठी कलावंताला अंतर्मुख व्हावं लागतं. आत्मपरीक्षण करावं लागतं. स्वत:च्या मर्यादा ओळखाव्या लागतात. प्रसंगी स्वत:वर आपल्या हातानं शस्त्रक्रिया करून घ्यावी लागते. विनायकांना अधिक आयुष्य लाभलं असतं तर मुंबईतल्या कटुतम अनुभवांनी त्यांना कदाचित अंतर्मुख केलं असतं. 'कदाचित' असं मी हेतुपूर्वक म्हणतो. कारण विनायकांच्या वृत्तीत स्वभावत: अनेक परस्परविरोधी गोष्टींचं मिश्रण झालं होतं. त्या व्यक्तित्वात आपल्या सामाजिक चित्रांच्या द्वारे जगाशी झुंज घेऊ इच्छिणाऱ्या बंडखोर कलाकाराशेजारीच एक पीटर पॅन-प्रौढत्व व त्याच्या अनुषंगानं येणाऱ्या जबाबदाऱ्या यांच्याकडे पाठ फिरवून आपलं मुग्धत्व कायम ठेवू इच्छिणारा कुमार – मांडीला मांडी लावून बसला होता. हा पीटर पॅन जितका त्यांच्या कलेला उपकारक तितकाच त्यांच्या व्यवहाराला मारक होता. प्रौढत्वात शैशवाची जपणूक करणं हे काव्याच्या दृष्टीने ठीक आहे. पण त्या शैशवाला जगाच्या बाजारात कुणीही भीक घालीत नाही. उलट पावलोपावली त्याची वंचनाच होत जाते.

चित्रपटाच्या इतिहासात विनायकांचं नाव सुवर्णाक्षरांनी लिहिलं जाईल. पण त्यांची आठवण झाली की, माझ्यापुढे जे विनायक उभे राहतात ते माझ्याशी रात्र-रात्रभर चालू चित्रपटाची चर्चा करणारे विनायक नाहीत; स्टुडिओत चित्रण करणारे विनायकही नाहीत. त्यांना पहिली मुलगी (मीना) झाल्याची तार आली तेव्हा त्यांच्या हॉलमध्ये आम्ही दोघं बोलत बसलो होतो. तार वाचून ती माझ्या हातात देता देता 'मी बाप झालो हे अजून खरंच वाटत नाही मला!' असं म्हणणारे विनायक, चांदण्या रात्री फिरायची लहर आली की, राजाराम तलावावर जाऊन 'बघुनि मन धाले। साफल्य दृष्टीचे झाले' ही दत्तांची कविता मोठ्या रंगात येऊन म्हणणारे आणि

'वारंवार । कोटुनि असे दिसणार?' या ओळी आर्त स्वराने म्हणून होताच चंद्राकडे पाहून मुके होणारे विनायक; अचानक जेवायच्या वेळी आले म्हणजे तुमची 'पंचपक्वान्नं नको मला. भातपिठलं हवंय. शिरोड्याला तुमच्या घरी पहाटे तीन वाजता खाल्लं होतं तसं.' असं माझ्या पत्नीला सांगणारे विनायक; एकदम माझ्याकडे चार चित्रकथा मागणारे आणि 'तुमचं एक चित्र पुरं व्हायला वर्ष लागतं. चार कथा तुम्हाला कशाला हव्यात?' असं खोदून विचारल्यावर ज्योतिषांनी माझं पुढचं सबंध वर्ष रुग्णशय्येवर जाणार आहे असं सांगितल्याचं कबूल करणारे विनायक; 'सुखके दुखका एक सपन था' ही सैगलची ओळ ऐकली की, तिच्यावरून जीव कुरवंडून टाकणारे विनायक; 'माझ्या बंगल्याची नऊ वाजता झडती होणार आहे म्हणून माझ्याकडले देशभक्त पाहुणे तुमच्याकडे घेऊन आलो आहे.' असं बेचाळीसच्या चळवळीच्या दिवसांत अचानक येऊन सांगणारे विनायक; लहर आली की माझ्याकडे येऊन आम्ही दोघांनी संकल्पिलेल्या आणि त्यांच्या आग्रहाखातर मी थोडंफार काम केलेल्या 'मत्स्यगंधा', 'सम्राट अशोक', 'थोरले माधवराव पेशवे', 'आस्तिक', 'रूपनगरची राजकन्या', 'सहकारी शेती', 'वाट चुकलेली मुले' यांपैकी कोणत्याही विषयावर अथवा कथासूत्रावर तास नि तास गप्पा मारीत बसणारे विनायक; 'If only you had been here, things would have been brighter' असं मुंबईहून मला लिहिणारे विनायक; आठवण झाली की, असे अनेक विनायक माझ्यापुढे उभे राहतात. अजून १९४७ सालचा ऑगस्ट सुरू झालाच नाही असा क्षणभर भास होतो. वाटतं, मी 'छाया' लिहायला घेतली तेव्हा ज्या संपादकांनी मला धोक्याची सूचना दिली होती त्यांना बोलवावं आणि समोर बसवून विनायकांकडे बोट दाखवीत म्हणावं, 'हे विनायक. धंद्यामुळे आम्ही एकत्र आलो. पण स्नेही म्हणून आम्ही गेली अकरा वर्षे काढली आहेत. आणखी अकराच काय-'

तो क्षणिक भास नाहीसा होतो. ज्यात विनायक नाहीत अशा जगात मी आहे याची तीव्र जाणीव होते. माझ्याकडे कधंचा हट्ट धरून ते बसले म्हणजे मी त्यांना थट्टेने म्हणत असे 'विनायकराव, असं एका लेखकावर अवलंबून असणं बरं नाही. तुम्ही दुसरा लेखक पाहा. मी तुमच्याहून ७-८ वर्षांनी मोठा आहे. तुमच्या आधी ७-८ वर्ष या जगातून निघून जाणार आहे. माझ्या मागून तरी तुम्हाला दुसरा लेखक पाहावा लागेलच की नाही?'

माझं हे बोलणं ऐकून विनायक नुसतं हसत.

त्या हसण्याचा अर्थ काय होता? कोण जाणे! नियतीच्या त्रैराशिकांत सम थोडी, व्यस्त फार हेच खरं!

✫ ✫ ✫

५

'हंस'चे शिल्पकार :
बाबूराव पेंढारकर

'मी बाबूराव पेंढारकर'. खोलीच्या दारात उभ्या असलेल्या सुटाबुटातल्या व्यक्तीनं नमस्कार करीत म्हटलं.

मित्रांशी गप्पागोष्टी करीत करीत 'सिंहगड' चित्रपटातली बाबूरावांची भूमिका मी पाहिली होती. पण कथेच्या अनुषंगानं पडद्यावर साकार झालेली व्यक्ती पडदानशीन बाईसारखी असते! तिच्या खऱ्या चेहऱ्यामोहऱ्याची ओळख त्या वरवरच्या दर्शनाने होत नाही. त्यामुळे समोर उभ्या असलेल्या आधुनिक वेषभूषेतील बाबूरावांना मी चटकन ओळखू शकलो नाही.

ही आमची पहिली भेट. दिवस होता ३१ डिसेंबर, १९३५. जागा पुण्यातल्या डेक्कन जिमखान्यावरील 'विहार' बंगल्यातली अगदी वरच्या मजल्यावरची मागच्या बाजूची खोली. माझे मावसबंधू कै. डॉ. रा. ह. भडकमकर यांच्याकडे राहात होतो मी त्यावेळी - फुरशाने दिलेल्या प्रसादावर उपचार करून घेण्याकरिता! 'चित्रपटकथेसाठी ३१ डिसेंबर रोजी सकाळी साडेदहा ते अकराच्या दरम्यान मी तुम्हाला भेटायला येतो आहे.' असं बाबूरावांनी मला पत्र पाठवून कळविलं होतं. मुलीला मागणी घातली जात होती पण मला फिकीर पडली होती, ती अस्तित्वात नसलेली अनुरूप मुलगी आयत्या वेळी बोहल्यावर कुठून उभी करायची ही!

खरं सांगायचं तर ही भेट मी अनेक दिवस टाळीत होतो. बुजऱ्या स्वभावामुळे असेल अथवा शिरोड्यासारख्या खेड्यात मास्तरकी करीत राहिल्यामुळे असेल, चित्रपटकथेच्या भानगडीत आपण न पडणं बरं असं माझ्यातल्या लेखकाला वाटत होतं. त्यामुळे १९३५ च्या सप्टेंबरमध्ये माझे मामेबंधू श्री. बाबूराव माईणकर यांनी 'मास्टर विनायक व बाबूराव पेंढारकर यांना चित्रपटासाठी तुझी एक गोष्ट हवी आहे.

तू पुण्या-मुंबईच्या बाजूला येशील तेव्हा कोल्हापूरला जाऊन त्यांना भेटशील तर बरं होईल' अशा अर्थाचं पत्र मला लिहिलं असूनही मी त्या बाबतीत उदासीन राहिलो होतो. शाळेत चित्रकलेत हटकून नापास होणाऱ्या आणि उभ्या जन्मात साधा कॅमेराही न हाताळणाऱ्या आपल्यासारख्या माणसाचं चित्रपटकथेशी सूत जमणार नाही, अशी मी स्वत:ची समजूत करून घेतली होती!

ती समजूत सर्वस्वी निराधार नव्हती. बाळपणापासून मी नाटकवेडा होतो. मात्र कॉलेजच्या दिवसात पुण्यात मी अनेक नाटकं पाहिली असली, तरी तत्कालीन चित्रपटाचं आकर्षण मला बिलकूल वाटलं नव्हते! १९२० पासून तर शाळेसाठी मी शिरोड्यात स्वत:ला हौसेनं स्थानबद्ध करून घेतलं होतं. तिथे दशावतारी नाटकांखेरीज दुसरं नाटक पाहायला मिळणे शक्य नव्हतं. चित्रपटांशी माझा परिचय होई, तो वृत्तपत्रांतील जाहिरातींवरून! पुढे अयोध्येचा मुका राजा बोलू लागला. सावंतवाडीला यथाकाल या राजेसाहेबांचे आगमन झाले. बहीण व बायको यांना मी तो बोलपट पाहायला पाठविलं. पण आपण स्वत: उठून जावं आणि तो बोलपट पाहावा अशी इच्छा काही माझ्या मनात निर्माण झाली नाही! पुण्या-मुंबईच्या खेपांत मित्रमंडळींच्या बरोबर मी चार-दोन चित्रपट पाहिले असतील! पण ते अंतरीच्या आवडीनं नव्हे; गाड्याबरोबर नळ्याला यात्रा करावी लागते म्हणून!

बाबूराव, विनायकराव यांना भेटायचं मी टाळीत होतो ते यामुळे. ज्या क्षेत्रात आपली गती नाही, त्यात लुडबूड करणं मनाला रुचत नसल्यामुळे! बाबूरावांच्या भेटीमुळे एका नव्या लेखनक्षेत्राचं पोलादी महाद्वार आपल्याकरिता उघडलं जाणार आहे हे कळत असूनही त्यांना गोडीगुलाबीनं नकार कसा द्यावा या विवंचनेत मी होतो! बाबूरावांना 'बसा' म्हणून सांगून मी त्यांच्या समोरच्या खुर्चीवर बसलो. नकाराची सुरुवात कशी करावी हे मला कळेना. साक्षीदाराच्या पिंजऱ्यात प्रथमत:च प्रवेश करणाऱ्या खेडवळ माणसासारखी माझी मन:स्थिती झाली होती.

पण बाबूरावांचं दिसणं आणि वागणंच नव्हे, तर बोलणंही भूमितीतल्या सिद्धांतासारखं मोजकं आणि रेखीव होतं. ते लगेच मला म्हणाले, ''आम्हाला एक सामाजिक कथा हवीय तुमच्याकडून.'' मी ह्या क्षेत्रातलं माझं तांत्रिक अज्ञान प्रगट केलं. ते उत्तरले, ''तंत्रबिंत्र सारं विनायक बघून घेईल. आम्हाला हवीय चांगली कथा. 'उल्का' आणि 'दोन ध्रुव' लिहिणाऱ्या लेखकाची कथा मला नि विनायकला हवी आहे. सध्या 'देवदास' जिकडे तिकडे गाजतोय. ती चांगली प्रेमकथा आहे पण आम्हाला नुसती रोमँटिक कथा नकोय. काव्याबरोबर समाजाला अस्वस्थ करून सोडायचं सामर्थ्यही तिच्या अंगी हवं. अशी कथा तुम्ही घाल अशी आमची खात्री आहे.''

'अमृत'ची कथा १९३३ पासून वारंवार माझ्या मनाला बेचैन करून सोडीत

होती. अंगावर आलेलं शिंगावर घेण्याकरिता मी बोलून गेलो ''शोकांत कथा चालेल?'' मला वाटलं होतं बाबूराव नकारार्थी उत्तर देतील आणि आपली सुटका होईल! ललित साहित्य सुखान्त असावं असा त्यावेळचा सर्वसामान्य संकेत होता. नाटकाच्या कथेत कितीही दु:खदायक प्रसंग असले, तरी शेवटी नायक-नायिकांचं मिलन व्हावं आणि 'तुमचा मधुचंद्र सुखाचा होवो!' असं म्हणत प्रेक्षकांनी त्या दांपत्याचा निरोप घ्यावा, असा जुन्या जमान्यातला अलिखित दंडक होता. पण बाबूरावांनी क्षणाचा विलंब न लावता मला उत्तर दिलं, ''कथा शोकान्त असली तरी चालेल!''

मी चकित झालो. गोंधळात पडलो. नकार द्यायला कोणती सबब काढावी या विचारात पडलो पण बाबूराव सूत्रमय भाषेत आपल्या संकल्पाविषयी बोलू लागले - ''माझे मित्र पांडुरंगराव नाईक उत्तम कॅमेरामन आहेत. ते आम्हाला येऊन मिळणार आहेत. तुमच्या कथेत मुख्य पुरुषपात्र मात्र फक्त दोन असू देत. मी व विनायक ती कामं करू. रत्नप्रभा आणि लीला चिटणीस या दोघींनी या चित्रात काम करायचं कबूल केलं आहे. माझ्या खिशात आत्ता फक्त शंभर रुपये आहेत. पण रणजितच्या चंदूलाल शहांसारख्या अनेक हितचिंतकांनी मला मदतीची आश्वासनं दिली आहेत. तुमची सामाजिक कथा मिळाली, तर चित्रपटात काहीतरी नवं, काहीतरी चांगलं आम्ही निश्चित करून दाखवू.''

मी त्यांच्याकडे निरखून पाहिलं. लहानशा सैन्याच्या बळावर मोठी लढाई जिंकण्याचं सामर्थ्य असलेल्या सेनापतीचा आत्मविश्वास त्यांच्या गंभीर मुद्रेवर प्रतिबिंबित झाला होता. सूर्योदयाबरोबर हवेतील धुकं विरळ होत जावं, तशी माझ्या मनातल्या संभ्रमाची स्थिती झाली. नाटककादंबरीपेक्षा चित्रपट हे समाजाच्या उद्बोधनाचं अधिक प्रभावी साधन आहे हे मला कळत होतं. मग उगीच भिण्यात काय अर्थ होता? नदीच्या प्रवाहात सापडून त्याच्याबरोबर वाहात जावं, तसा नकळत बाबूरावांच्या त्या उत्साही संकल्पाकडे मी आकृष्ट झालो. आता काठावर राहणं अशक्य होतं!

माझी मूक संमती गृहीत धरून बाबूराव पुढे बोलू लागले, ''चारआठ दिवसांत कोल्हापूरला मला कथासूत्र कळवा. मी लगेच विनायकाला तुमच्याकडे पाठवून देतो. हवे तेवढे दिवस तो इथे राहील. तुमच्या दोघांच्या मनासारखी कथा तयार झाली की, लगेच शूटिंगला सुरुवात करू.'' क्षणभर थांबून त्यांनी विचारलं, ''तुमच्या कथेचा मोबदला किती द्यायचा?''

मासिकातल्या कथेला ज्याला पंचवीस रुपये मिळत होते असा त्या वेळचा मी एक कथाकार. पहिल्या दोन कादंबऱ्यांचे सारे हक्क चारपाचशे रुपयांना विकून बसलेला एक कादंबरीकार. चित्रपटकथेची किंमत कोणत्या कोष्टकाच्या आधारे करायची ते मला कळेना! मी उत्तरलो, ''इतर लेखकांना तुम्ही जो मोबदला देत

असाल, तो मी आनंदानं घेईन.''

'हंस पिक्चर्स'मधल्या पुढल्या चार वर्षांत मोबदल्यासंबंधी बाबूरावांशी काय किंवा दुसऱ्या कुणाशी काय, माझं पुन्हा बोलणं झालं नाही. कंपनी आणि कथालेखक यांना कुठलाही लेखी करार कधी आवश्यक वाटला नाही.

आलेला चहा घेऊन बाबूराव निघून गेले. मी घड्याळाकडे पाहिलं, अजून सव्वाअकरा व्हायचे होते. वीस-पंचवीस मिनिटांत या मितभाषी माणसानं माझ्यावर मोहिनी घातली होती; ज्याची भेट घ्यायची मी टाळाटाळ करीत होतो अशा माणसानं! इतकंच नव्हे, तर त्याचा सहकारी होण्याचं अभिवचन मी देऊन चुकलो होतो!

त्या अर्ध्या तासांत आमच्यामध्ये जं स्नेहबंधन निर्माण झालं, ते पुढे 'हंस'च्या चार वर्षांच्या कारकिर्दीत सतत दृढतर होत गेलं.

या भेटीनंतर चार-सहा दिवसांत 'अमृत'चं कथासूत्र मी कोल्हापूरला पाठवून दिलं. या कथेला कोकणाची पार्श्वभूमी होती. तिचं चित्रीकरण करायचं म्हणजे महिना दोन महिने कंपनीनं कोकणात जाऊन तळ ठोकायला हवा, हे माझ्या लक्षात आलं नाही! पैशाचं पाठबळ नसलेल्या नव्या चित्रसंस्थेला असलं खर्चिक चित्र परवडणार नाही हे कळायला माझा त्या व्यवसायाशी संबंध आला होता कुठे? अजाण बालकानं गरीब पालकापाशी एखाद्या भारी किंमतीच्या खेळण्याचा हट्ट धरावा तसं नकळत माझ्या हातून घडलं. पण बाबूरावांचं उलट टपाली पुढील आशयाचं पत्र आलं - ''कथा फार चांगली आहे. पण ती घेण्याइतकं आर्थिक बळ सध्या कंपनीपाशी नाही. ही कथा 'हंस' पुढे घेईलच. एक गोष्ट ध्यानी असू द्यावी, आपलं पहिलं चित्र शक्य तितक्या कमी खर्चात पुरं व्हावं! कथेचं जास्तीत जास्त चित्रण स्टुडिओत करता आलं तर बरं. बाह्यचित्रणासाठी दूर जाणं सध्या जमणार नाही. लेखकावर कोणतंही बंधन घालू नये हे मला कळतं पण चित्रपट हा धंदाच असा आहे की, त्यात अंथरूण पाहून पाय पसरावे लागतात.''

या पत्राने माझ्या डोक्यात लख्ख प्रकाश पडला. चित्रपटलेखन हे कादंबरीलेखनाइतकं स्वतंत्र नाही, अनेक तांत्रिक आणि व्यावहारिक बंधनं सांभाळूनच ते केलं पाहिजे, याची मला पुरेपूर जाणीव झाली. मी 'छाये'च्या कथेची रूपरेषा तयार केली. ती सर्वांना आवडली. बाबूरावांनी विनायकराव व जुन्नरकर यांना पुण्याला माझ्याकडे पाठवून दिलं. पटकथालेखनाचे पहिले धडे या दोघांच्या मदतीने मी गिरविले. 'कट्', 'वाइप', 'फेड इन', 'फेड आउट' वगैरे मंडळींची ओळख करून घेतली. 'प्रेमसंन्यासा'तला गोकूळ फैसला, कैफियत, दरखास्त, हुकूमनामा वगैरेंशी जानपहचान करून घेतो तशी!

विनायकरावांची वृत्ती भावुक, प्रतिभा कल्पक. जुन्नरकर मोठे कुशल संकलक.

ज्याला कापावं लागतं त्यालाच शिवायचं कसं ते नीट कळतं, हे जुन्नरकरांशी चर्चा करताना चटकन लक्षात येई. पटकथेच्या तांत्रिक अंगावर त्यांची पकड चांगली होती. महिनाभरात 'छाये'ची पटकथा व संवाद तयार झाले. मार्चच्या प्रारंभी चित्रीकरणाला सुरुवात झाली. चित्र मराठी व हिंदी या दोन्ही भाषांत घेतलं जात होतं, पण बाबूरावांची कामाची शिस्त व व्यवस्थापनाची कुशलता दृष्ट लागण्याजोगी होती. विनायकराव-पांडुरंगरावांपासून अगदी साध्या नोकरांपर्यंत सर्वांचं अंत:करणापासून त्यांना सहकार्य होतं. आपण काहीतरी नवं आणि चांगलं करीत आहोत, या भावनेनं सर्वांना असं झपाटून टाकलं होतं की, दोन भाषांतील हा शोकांत सामाजिक चित्रपट अवघ्या तीन महिन्यांत पुरा होऊन १९३६ च्या जूनमध्ये मुंबईत प्रदर्शित झाला.

बाबूरावांची कलात्मक समज जितकी वरच्या दर्जाची होती तितकीच त्यांची व्यावसायिक वृत्तीही खंबीरपणाची होती. त्यांचे हे दोन्ही गुण दर्शविणाऱ्या त्यावेळच्या अनेक आठवणी अजून माझ्या मनात जाग्या आहेत. त्यातल्या दोन इथे देतो -

'छाये'ची कथा १९३६ सालीच नव्हे तर १९६३ साली सुद्धा समाजाला न रुचणारी किंबहुना प्रक्षोभक अशीच होती. एका निर्धन कुमारिकेवर धाकट्या भावाचे प्राण वाचविण्याकरिता शीलविक्रय करण्याची पाळी कशी येते, याचं चित्रण या कथेत होतं. 'हंस'शी एकरूप झालेले नी. गो. पंडितराव यांनी या चित्रपटाची जाहिरात 'Holy Crime' अर्थात 'पवित्र गुन्हा' अशी केली होती! कथेचं चित्रीकरण वेगानं सुरू झाल्यावर, पौराणिक आणि कल्पनारम्य चित्रांच्या त्या जमान्यात या सामाजिक चित्राचा विषय कोणता आहे याविषयी कुतूहल उत्पन्न झालं. चित्रपटसृष्टीतील एका बड्या धेंडानं विस्फारित नेत्रांनी असला भयंकर विषय पसंत केल्याबद्दल बाबूरावांपाशी आपली नाराजी प्रकट केली. झालेलं चित्रण रद्द करून पौराणिक कथेची एखादी कामधेनू गाठण्याचा पोक्त सल्ला त्यांनी दिला. त्यानंतर बाबूराव माझ्याकडे आले, तेव्हा गंभीर मुद्रेनं त्यांनी तो सारा संवाद मला ऐकवला, मी मनात थोडासा गडबडलो. 'हंस'नं मोठ्या आत्मविश्वासाने सामाजिक चित्रांच्या क्षेत्रात पाऊल टाकायचं ठरविलं होतं. त्या काळच्या परिस्थितीत ते एक प्रकारचं साहसच होतं. अशा स्थितीत प्रेक्षकांच्या पचनी न पडणाऱ्या आपल्या कथेमुळे या सर्व कलावंतांच्या परिश्रमांवर आणि चित्रपटासाठी खर्च होणाऱ्या पैशांवर पाणी तर पडणार नाही ना, या शंकेनं मी बेचैन झालो. मी बाबूरावांना म्हटलं, ''मी कथा-कादंबऱ्या लिहिणारा लेखक. चित्रपट प्रेक्षकांच्या आवडीनिवडीची मला काही कल्पना नाही. माझ्या कथेमुळे तुमचं नुकसान झालं, सामाजिक चित्रं काढण्याच्या तुमच्या संकल्पाला अपशकुन झाला, तर मला दु:ख होईल. ही कथा रद्द करून एखाद्या चांगल्या लेखकाकडून तुम्ही पौराणिक चित्र लिहून घेतलंत तरी माझी त्याला ना नाही. मी 'हंस'चा नुसता लेखक नाही, हितचिंतकही आहे.'' मंदस्मित

करीत बाबूराव उद्गारले, ''भाऊसाहेब, 'छाया' हेच हंसचे पहिलं चित्र राहील आणि या चित्राची कथा तुम्ही जशी लिहिली आहे तशीच चित्रीत केली जाईल. कुणाच्याही सल्ल्याने या कथेत कसलाही बदल केला जाणार नाही.'' बाबूरावांच्या त्या शब्दांतला आत्मविश्वास मला अजून आठवतो. असल्या आत्मविश्वासाशिवाय कोणत्याही क्षेत्रातल्या नव्या वाटा चोखाळल्या जात नाहीत.

मात्र पुढे काही दिवसांनी बाबूरावांनीच कथेत एक विचित्र बदल सुचविला. छायेतला डॉ. अतुल नामांकित शस्त्रक्रियातज्ज्ञ असतो हे खरं; पण लहानपणी जगाकडून सहानुभूतिशून्य वागणूक मिळाल्यामुळे 'जग हा एक बाजार आहे; या बाराजात ज्याला जी वस्तू हवी असेल तिचं मोल त्यानं मोजलंच पाहिजे!' असं स्वत:चं तत्त्वज्ञान बनवून त्याच्या आहारी तो गेलेला असतो. अपरात्री काळोखात, मुसळधार पावसात, आपल्या भावाचे प्राण वाचविण्याची भीक मागण्याकरिता कला त्याच्याकडे येते. तो थंडपणे तिला आपलं तत्त्वज्ञान सुनावतो. शेवटी कलेवर शीलविक्रयाचा प्रसंग येतो तो अतुलच्या या निर्दय व एकांगी तत्त्वज्ञानामुळे!

माझ्या कथेत डॉ. अतुल आणि कला यांचा एवढाच संबंध होता. पण अतुलच्या मनात कलेविषयी अभिलाषा निर्माण झाली आहे असं दाखविलं, तर चित्रपट अधिक परिणाकारक होईल अशा अर्थाचं बाबूराव काहीतरी बोलले, पाचदहा क्षण मी स्तंभित झालो. या बदलाने डॉ. अतुलच्या स्वभावचित्रणाच्या मुळावरच घाव बसला असता! डॉ. अतुल हा नाटक कादंबऱ्यांतला परंपरागत खलपुरुष नाही किंवा समोर येईल ती सुंदर मानवी बाहुली आपल्याला हवी असं वाटणारा कामगंडाने पछाडलेला मनुष्यही नाही. कटु अनुभवांमुळे जगावर चिडलेला आणि अत्यंत अश्रद्ध झालेला तो एक बुद्धिवान मनुष्य आहे. हे बाबूरावांना पटवण्याचा मी प्रयत्न करू लागलो.

प्रत्येक बुद्धिमंताचे केव्हा ना केव्हा जगाशी भांडण होतं, अशा लोकांपैकी जे भावनाशील असतात ते सुधारक, बंडखोर ळिंवा क्रांतिकारक बनून परिस्थितीत पालट घडवून आणण्याचा प्रयत्न करतात. ते जगाशी भांडतात, पण तो एक प्रकारचा प्रेमकलह असतो! या भांडणामुळे त्यांचं जगावरलं प्रेम कधी कमी होत नाही. मात्र ज्यांची संवेदनशीलता अशी उत्कट नसते, उलट अहंता मात्र प्रबळ असते, अशी बुद्धिवान माणसं आयुष्यातल्या जखमांनी अश्रद्ध बनतात. आपल्या वाट्याला आलेल्या उपेक्षेचा आणि अवहेलनेचा सूड आपल्या भोवतालच्या छोट्या जगावर ती उगवू पाहतात.

डॉ. अतुल या दुसऱ्या वर्गाचा प्रतिनिधी असतो. भावना हा शब्दच तो आपल्या मन:कोशातून काढून टाकतो! अश्रद्धेनं जीवन व्यापून टाकल्यामुळे, जग हा एक बाजार आहे या अर्धसत्याला तो पूर्ण सत्य मानतो पण अतुल अत्यंत निर्दय वाटला

तरी तो सांकेतिक खलपुरुष नाही; एकांगी तत्त्वज्ञानाच्या भक्ष्यस्थानी पडलेला आणि अश्रद्धा व अहंता यांच्या कात्रीत करुणेच्या चिंधड्या झालेला एक दुर्दैवी मनुष्य आहे, हे 'छाये'तले प्रसंग आणि वाक्यं यांच्या आधारानं मी बाबूरावांच्या निदर्शनाला आणलं.

माझ्या बोलण्याचं मर्म त्यांनी चटकन आत्मसात केलं. बाटली आणि बाई यांच्या आहारी जाणाऱ्या खलपुरुषाच्या अभिनयाची चाकोरी सोडून त्यांनी डॉ. अतुल उभा केला. 'छाया' बोलपट ज्यांनी पाहिला असेल, त्यांना विनायकांच्या दिग्दर्शनाच्या व पांडुरंगरावांच्या छायाचित्रणाच्या जोडीने डॉ. अतुलच्या भूमिकेतल्या बाबूरावांच्या संयत व सुंदर अभिनयाचाही त्या चित्रपटाच्या यशात वाटा होता, हे अजून आठवत असेल.

बाबूरावांच्या आग्रहाखातर मी मुंबईला 'छाया' पाहायला गेलो. शाळेचं नवं वर्ष सुरू झालं होतं; म्हणून तसाच परतलो. माझ्या नित्याच्या कामांना लागलो. फुरसं चावल्यामुळे उद्भवलेल्या प्रकृतीच्या नानाविध तक्रारी, शाळेचं दहा ते सहापर्यंतचं काम आणि आम्ही सात साहित्यिक स्नेह्यांनी सुरू केलेल्या 'ज्योत्स्ने'साठी दरमहा करावं लागणारं लेखन, या तीन आघाड्यांवर लढता लढता माझ्या नाकी नऊ येऊ लागले. 'छाये'चं लेखन एखाद्या सुखद स्वप्नासारखं आयुष्यात येऊन गेलं होतं. ते स्वप्न मी हळूहळू विसरूनही गेलो असतो पण एके दिवशी बाबूरावांची तार माझ्या हाती पडली. तार होती अभिनंदनाची, 'छाये'च्या कथेला सुवर्णपदक मिळाल्याची. त्या तारेचा अर्थ पूर्णपणे कळायला मला तब्बल चोवीस तास लागले. दुसऱ्या दिवशीच्या वृत्तपत्रांतून ती वार्ता सविस्तर आली होती. त्या वर्षाची उत्कृष्ट चित्रपटकथा म्हणून 'छाये'चा गौरव झाला होता.

यानंतर नव्या कथेसाठी बाबूरावांची एकदोन पत्रं मला आली. मी त्यांना जुजबी उत्तरे लिहिली. पुढे १९३७च्या प्रारंभी एका मध्यरात्री अत्रे, बाबुराव व विनायकराव अचानक शिरोड्याला माझ्या घरी येऊन दाखल झाले! त्यांच्या येण्याचा हासभास काहीच नव्हता. मी मागच्या खोलीत स्वस्थ झोपलो होतो. 'खांडेकर इथंच राहतात का?' अशा अर्थाचा घोगऱ्या आवाजातला प्रश्न बाहेर अत्रे विचारीत होते पण मला त्याची दाद नव्हती. माजघरात वामन महात्मे हा माझ्याकडे राहणारा विद्यार्थी झोपला होता. शेजारचा एक पांढरपेशा दारुडा वेळी-अवेळी येऊन दोनचार आण्यांसाठी मला त्रास देतो, हे या विद्यार्थ्याला ठाऊक होतं. झोपमोड झाल्यामुळे त्रासिकपणानं तो उठला आणि कोपऱ्यातली काठी घेऊन 'थांब, देतो तुला दोन-' असं म्हणत दरवाजाकडे गेला. दार उघडून पाहतो तो सुटाबुटातली परकी मंडळी समोर उभी! तो गडबडला. धावतच मला आत उठवायला आला.

या मंडळींचा मुक्काम पुरा चोवीस तासही नव्हता. पण त्यात 'हंस'च्या

पुढल्या संकल्पांविषयी पुष्कळ बोलणं झालं. 'लोकांना चांगले चित्रपट देण्याची हिंमत अत्र्यांच्या व तुमच्या जिवावर आम्ही बाळगली आहे. आता तुमच्याकडून नवी कथा लवकर मिळायला हवी.' असं बाबुरावांनी मला सांगितलं. 'मे महिन्यात कोल्हापूरला येऊन नव्या चित्रकथेच्या कानाला लागतो' अशी कबुली माझ्याकडून घेऊनच ही मंडळी परतली.

हे चित्र म्हणजे 'ज्वाला.' यावेळी प्रख्यात नट चंद्रमोहन 'हंस'मध्ये दाखल झाले होते. त्यांची भूमिका मध्यवर्ती ठेवून नवं चित्र तयार करणं आवश्यक होतं. शिंपी जसा मोजमापं घेऊन कपडे शिवतो, तशातलाच हा थोडासा प्रकार होता! स्वच्छंदानं कथा-कादंबऱ्या लिहिणाऱ्या माझ्यासारख्या लेखकाला तो अगदी अपरिचित होता! या चित्राचा खरा इतिहासच मोठा विचित्र आहे. पण तो सविस्तर सांगण्याची जागा ही नव्हे.

बाबूराव विनायकराव हे दोघंही आपापल्यापरी ध्येयवादी, कलावंत. नात्यानं भाऊ-भाऊ. असं असलं तरी दोघांच्या स्वभावधर्मात दोन ध्रुवांचे अंतर. विनायकराव स्वप्नाळू, बाबूराव व्यवहारी, आपल्या स्वप्नांच्या सुगंधाने वेडावून जाऊन तो हस्तगत करण्याकरिता कस्तुरीमृगाप्रमाणे विनायकराव उरी फुटणारे; तर कठोर व्यवहाराच्या काट्यांची अष्टौप्रहर जाणीव बाळगून बाबूराव प्रत्येक पाऊल जपून टाकणारे. या दोघांच्या स्वभाव संघर्षात 'ज्वाला' सापडली. पडद्यावर अयशस्वी ठरली. या चित्राच्या भरघोस यशाची भविष्य दरबारी ज्योतिषांनी वर्तविली होती. पण प्रत्यक्ष व्यवहारात आकाशातले कुठलेच ग्रह आमच्या मदतीला धावून आले नाहीत!

'ज्वाला' पडल्यामुळे 'हंस' परिवारांतील सर्वांची मनं भांबावून गेली. कंपनीची आर्थिक बाजू बाबूराव सांभाळीत होते. या जबरदस्त फटक्यानं त्यांची मन:स्थिती कशी झाली असेल याची कुणालाही कल्पना करता येईल, पण कोणत्याही व्यवसायातील नेतृत्वाला आवश्यक असलेले जिद्द आणि साहस हे गुण बाबूरावांच्या ठिकाणी किती मोठ्या प्रमाणात होते याची त्यावेळी प्रचीति आली. १९३८चा एप्रिल असावा तो. मी पुण्याला डॉ. भडकमकरांच्या घरी होतो. सकाळी बाबूराव अत्र्यांना घेऊन माझ्याकडे आले. माझ्या अंगात ताप होता पण 'आपणा तिघांना जे बोलायचं आहे ते बाहेर कुठेतरी मोकळेपणानं बोलणं बरं' असं बाबुरावांनी सुचविताच, मी अंगात स्वेटर चढविला आणि त्यांच्याबरोबर निघालो. आम्ही तिघे चतुःशृंगीकडे वळलो.एका निवांत ठिकाणी जाऊन बसलो. पहिले काही क्षण विचित्र स्तब्धतेत गेले. मग हळूहळू बोलणं सुरू झालं. 'ज्वाले'च्या अपयशाच्या कारणांची चर्चा झाली, पण भूतकाळाचा कोळसा उगाळून भविष्याला उजाळा देता येत नाही हे आम्हा तिघांनाही कळत होतं. 'पुढे काय?' या प्रश्नाचं उत्तर आम्ही शोधू लागलो. "पडद्यावर हटकून यशस्वी होईल अशी एक एक कथा तुम्ही दोघांनी ताबडतोब

लिहिली तर 'हंस' या स्थितीतून वर डोकं काढू शकेल.'' असं बाबूराव म्हणाले. त्यांच्या स्वरात 'छाये'च्या वेळेइतकाच आत्मविश्वास होता. जगात सारी सोंगं आणता येतात, पण काही केल्या पैशाचे सोंग आणता येत नाही, हे व्यवहारचतुर बाबूरावांना दुसऱ्या कुणी सांगण्याची जरुरी नव्हती! पण त्यांचा धीर जबरदस्त, ओहोटीमुळे आत गेलेल्या समुद्राच्या ओल्या वाळूत उभं राहून भरतीची स्वप्नं पाहणाऱ्या शास्त्रज्ञाचा आशावाद त्यांच्या शब्दाशब्दातून प्रकट होत होता. तापू लागलेल्या उन्हातून चतुःशृंगीवरून उठताना आम्ही दोघांनी नव्या चित्रकथा पूर्ण करून देण्याचं आश्वासन त्यांना दिलं. ती चित्रं म्हणजे अत्र्यांचा 'ब्रह्मचारी' आणि माझी 'देवता'.

'देवते'चं हस्तलिखित वाचल्यावर विनायकांनी सचिंत मुद्रेनं मला विचारलं, ''नायकाचं काम कोण करणार?' त्यांनी केलेली 'छाये'तली 'प्रकाश'ची भूमिका मला फारशी आवडली नव्हती हे त्यांना ठाऊक होतं. शिवाय 'ब्रह्मचारी' व 'देवता' ही दोन्ही चित्रं झटपट पुरी करून देण्याची मोठी जबाबदारी त्यांच्या शिरावर होती. बाहेरचा कुणी नामवंत नट पैदा करणं परिस्थितीमुळे परवडण्याजोगं नव्हतं. पण प्रा. अशोक या 'देवते'च्या ध्येयवादी नायकाची भूमिका बाबूराव चांगली वठवू शकतील असं माझ्या मनानं घेतलं होतं. मी माझं मत विनायकांना सांगितलं. त्यांना ही कल्पना पसंत नाही हे मी त्यांच्या मुद्रेवरून ओळखलं. थोड्या वेळाने ते म्हणाले, ''प्रेक्षक बाबूरावांना सतत खलपुरुषाच्या भूमिकेत पाहात आलेत, नायकाच्या भूमिकेत ते त्यांना आवडणार नाहीत.''

विनायकारावांची ही भीती निराधार नव्हती पण अस्सल नटाची कला आकाशातल्या विजेसारखी असते. त्या विजेला जसं एके ठिकाणी कोंडून ठेवता येत नाही, तसा जातिवंत कलावंत कुठल्याही साच्याचा कैदी होऊन राहात नाही. लहानपणापासून मी हे पाहात आलो होतो. हॅम्लेट, तुकाराम आणि राणा भीमदेव या तिन्ही भूमिकांत गणपतराव जोशी प्रेक्षकांना तन्मय करून सोडीत. रेवती, रुक्मिणी आणि सिंधू या भूमिका किती भिन्न भिन्न पण बालगंधर्व रंगभूमीवर तिघींनाही मोठ्या कौशल्याने साकार करीत असत. साचे, चौकटी, मर्यादा या गोष्टी सामान्यांसाठी असतात. असामान्य कलावंत आपल्या मर्यादा आपणच निर्माण करतो आणि प्रसंग पडताच प्रतिभेच्या बळावर त्या लीलेनं ओलांडतो!

'देवते'च्या वेळी बाबूरावांची चाळिशी उलटली होती पण पंचविशी-तिशीतला सोज्वळ, ध्येयवादी नायक त्यांनी पडद्यावर मोठ्या दिमाखानं उभा केला. 'पडद्यावरला बदमाश सुधारला!' अशी या भूमिकेची जाहिरात करण्यात आली होती पण वस्तुस्थिती अशी होती की, त्या बदमाशाला सुधारण्याची संधी पूर्वी कधी, कुणी दिलीच नव्हती! प्रतिभावान कलाकार हा मनूच्या माशासारखा असतो. तो सतत

वाढत राहतो. कोणताही साचा फोडून बाहेर येण्याचं सामर्थ्य त्याच्या अंगी उपजतच असते. बाबूरावांची ही शक्ती डॉ. अतुलच्या भूमिकेत अंशत: प्रकट झालीच होती. 'देवते'पासून ते नायकाच्या भूमिकेतही शोभू लागले. 'सुखाचा शोध' व 'पहिला पाळणा' हे बोलपट लोकप्रिय झाले ते त्यांच्या अभिनयाच्या या नव्या पैलूच्या बळावरच.

विनायकरावांची थोडीफार लहरी असलेली कला आणि 'हंस'च्या स्थैर्यासाठी बाबूरावांना हवा असलेला काटेकोर व्यवहार यांचं सूत 'ज्वाले'पासून जमेनासं झालं होतं. 'ज्वाला' संपता संपता विनायकरावांनी बिऱ्हाडासह मला कोल्हापूरला उचलून आणलं! लेखक सदैव हाताशी असावा हा त्यातला एक हेतू. बाबूरावही माझ्या येण्यानं सुखावले पण एकमेकांपासून दूर जाऊ लागलेल्या या दोघांना मनामनांच्या मिळणीच्या पातळीवर आणण्याचे माझे प्रयत्न कधीच यशस्वी झाले नाहीत. एकदा चित्रीकरण चालू असतानाच दोघांचं भांडण झालं. काम बंद करून विनायकराव व बाबूराव आपापल्या खोल्यांत जाऊन बसले. पांडुरंगरावांनी माझ्या घरी गाडी पाठविली. मी लगेच स्टुडिओत गेलो. रागालोभाने दोघांनाही काही गोष्टी सुनावल्या. समझोता झाला पण तो तेवढ्यापुरताच! कलेला आत्मकेंद्रित वृत्तीचा शापच मिळाला आहे की काय कुणाला ठाऊक! एकमेकांना पूरक असलेले हे दोघे असामान्य कलाकार हळूहळू दुरावत चालल्याचं दृश्य 'ज्वाले'नंतर दोन वर्षे मी पाहात होतो आणि फाटलेलं आभाळ शिवायला गेलेल्या शिष्याप्रमाणे दिलजमाईच्या प्रत्येक प्रसंगी पराभूत होऊन मनात हिरमुसत होतो.

'सुखाचा शोध' ही माझी कथा विनायकांना फार आवडली होती. ते स्वत: ती दिग्दर्शित करणार होते पण 'ब्रह्मचारी'चं चित्रण करताना त्यांनी तडाखेबंद खेळ केला असला तरी 'देवता' संपता संपता फार रेंगाळली. कंपनीची ओढाताण कमी व्हावी म्हणून बाबूरावांनी माझ्या संमतीने पार्श्वनाथ आळतेकरांना बोलावून 'सुखाचा शोध' त्यांच्याकडे सोपविला. आळतेकरांच्या ठिकाणी कलेची समज आणि दिग्दर्शनाची शिस्त या दोन्ही गोष्टी होत्या. मात्र कल्पकतेत ते विनायकांहून उणे होते. तथापि कथा, संवाद व बाबूरावांचा अभिनय यांच्यामुळे हा चित्रपट 'हंस' परंपरेला शोभण्याजोगा झाला.

कुटुंब काय, संस्था काय, समाज काय किंवा देश काय, दुफळीनं प्रवेश केला की त्याची धडगत नसते! A house devided against itself cannot stand!' हे लिंकनचे उद्गार किती खरे आहेत! अनेक धडपडी करूनही 'हंस'चं अस्तित्व चार वर्षांतच संपलं. कोणत्याही कार्याच्या प्रारंभी कर्तबगार माणसांची मनं ध्येयवादाच्या नाजूक धाग्याने गुंफलेली असतात, पण पुढे दैनंदिन व्यवहारात हा धागा विरळ होत जातो – प्रसंगी तुटतो! गुणांच्या बाजूने जवळ आलेली माणसं अवगुणांच्या

बाजूनंही परस्परांना स्पष्ट दिसू लागतात. फुलांचा सुगंध वाऱ्यावर उडून जातो, काटे मात्र मागे राहतात! 'हंस'मध्ये नेमकं हेच झालं.

'हंस'चं रूपांतर 'नवयुग' कंपनीत झाल्यावर माझी 'अमृत' ही कथा पडद्यावर आणण्याचं ठरलं. ही कथा प्रथम मी दिली तेव्हा तिच्यातील बाप्पा सावकाराची मध्यवर्ती भूमिका बाबूरावांनी करायची असं निश्चित झालं होतं. त्या भूमिकेतील त्यांचं एक छायाचित्रही 'ज्वाले'च्या पुस्तिकेच्या मलपृष्ठावर छापलं होतं. पण 'नवयुग'मध्ये विनायकांनी जी पात्रयोजना केली तिच्यात बाप्पाची भूमिका साळवींच्याकडे आणि कृष्णा चांभाराची भूमिका बाबूरावांच्याकडे गेली. बाबूरावांना हा बदल आवडला नाही. ते माझ्याकडे आले. तास दोन तास या दोन्ही भूमिकांची आम्ही चर्चा केली. कृष्णाची भूमिका अभिनयकौशल्याला भरपूर वाव देणारी आहे हे त्यांना पटवून देण्यात मी यशस्वी झालो. 'छाये'प्रमाणे या वेळीही त्यांचा कलाविषयक समज किती निर्मळ आहे याचं मला प्रत्यंतर आलं.

'अमृत'मधला कृष्णा चांभार ही बाबूरावांची माझ्या चित्रांतली शेवटची भूमिका. त्यानंतर 'नवयुग' सोडून त्यांनी 'न्यू हंस' स्थापन केली. काही दिवसांनी माझ्याकडे कथा मागितली. कारखान्यांतल्या कामगारांच्या जीवनावर आधारलेलं एक कथासूत्र मी त्यांना सांगितलं. 'उगवता सूर्य' हे त्याचं नावही 'न्यू हंस'च्या आगामी चित्रात झळकलं पण तो सूर्य कधीच क्षितिजावर आला नाही! मराठी चित्रव्यवसायाचे स्वरूप थोडंफार आपल्या जुनाट शेतीसारखंच आहे. एक प्रकारचा जुगारच असतो तो! शेतकरी जसा आकाशातल्या पावसावर अवलंबून तसा निर्माता भांडवलवाल्यांच्या लहरीवर आणि पैशांवर! त्यामुळे संकल्प आणि सिद्धी यांच्यामध्ये केव्हा, कोणत्या गोष्टी उभ्या राहतील याचा काही नेम नसतो. मात्र 'न्यू हंस' अल्पायुषी ठरली नसती, तर पिढ्यान्पिढ्यांच्या काळोखातून विज्ञानाचा, यंत्रयुगाचा आणि ऐहिक समृद्धीचा प्रकाश पाहणाऱ्या जागृत कामगाराची भूमिका बाबूरावांनी निश्चित चांगली करून दाखविली असती.

'न्यू हंस' विराम पावल्यानंतर अन्य निर्मात्यांसाठी माझी कथा घेण्याचा प्रयत्न बाबूरावांनी दोन वेळा केला. पहिल्या वेळी त्यांना पौराणिक कथा हवी होती; शांता आपटे व ते स्वत: अशा दोन प्रधान भूमिका असलेली. त्यासाठी मी महाभारतातलं जितकं करुण तितकंच तेजस्वी असं अंबेचं जीवन निवडलं. अंबा (शांताबाई) व भीष्म (बाबूराव) यांच्यातला संघर्ष हा केंद्रबिंदू कल्पून मी कथासूत्र तयार केलं. पण ती कथा काय किंवा नंतर चंद्रमोहन आणि बाबूराव यांना प्राधान्य देऊन लिहिलेली सम्राट अशोकाची कथा काय, दोन्ही कागदांवरच राहिल्या. 'हंस'सारखे बाबूराव आता कर्ते-करविते नव्हते. निर्मात्याच्या लहरीपुढे नमतं घेणं त्यांना प्राप्त होतं.

विनायकांच्या मृत्यूनंतर मी चित्रपटसृष्टीचा निरोप घेतला. बाबूराव एकांडे

शिलेदार बनले होते. त्यांची शिलेदारी शेवटपर्यंत रंगभूमी आणि चित्रपट या दोन्ही माध्यमांतून प्रगट होत राहिली पण तिच्यात पूर्वीचा डौल आणि दिमाख नव्हता. 'हंस'चं पुनरुज्जीवन करण्याचे विचार त्यांच्या मनात पुन्हा पुन्हा घोळत असावेत! एकदा सहज ते मला म्हणाले, ''हंस पुन्हा सुरू झाली, तर तुमची कथा मिळेल ना?'' ३१ डिसेंबर १९३५ च्या त्यांच्या पहिल्या भेटीची आठवण होऊन मी चटकन उत्तरलो, 'अवश्य'. इतकंच नव्हे तर जीवनाला विटून मृत्यूची मनधरणी करायला निघालेल्या एका वृद्धाला एक चिमुरडी पोरगी पुन्हा जीवनात कसा रस घ्यायला लावते, याची कथाही मी त्यांना ऐकविली.

पण ही सारी 'मावळत्या सूर्याची स्वप्नं' होती. वृक्षावरला पक्षी आकाशात भराऱ्या मारीत होता; पण वृक्ष आतून पोखरून निघाला होता! मृत्यूपूर्वी दहा-बारा दिवस आधी मी त्यांना भेटायला गेलो तेव्हा ते रुग्णशय्येला खिळले होते. चोवीस तासांत पोटात पेलाभर चहा कसाबसा गेला होता. अशा स्थितीतही ते दोन घटका बोलत राहिले - 'हंस'च्या सुखद आठवणी काढीत, 'सुखाचा शोध' मधल्या नायकाचं संसारी प्रेक्षकांनी केलेलं कौतुक सांगत आणि विनायकांच्या 'सरकारी पाहुणे' या चित्राची तारीफ करीत. सत्तरी मागे पडली होती; दुर्धर व्याधींशी झगडून शरीर निस्त्राण झालं होतं; तरी त्यांचं चित्त चित्रपटात गुंतले होते. चित्रपट हेच त्यांचे जीवनकार्य होते.

१९३६ सालच्या जानेवारीत मी 'छाया' लिहायला घेतली, तेव्हा पुण्याच्या एका प्रसिद्ध संपादकांनी सचिंत चेहऱ्यानं मला म्हटलं होतं, 'भाऊसाहेब, काय केलंत हे तुम्ही? कसल्या मंडळींशी तुम्ही स्नेह जोडत आहात?' त्यांच्या मते एखाद्या सोवळ्या ब्राह्मणानं देवळाचा रस्ता सोडून गुत्त्याची वाट धरावी तसं, काहीतरी मी केलं होतं! त्यांच्या प्रश्नाचा रोख लक्षात घेऊन मी उत्तरलो होतो, ''हे पहा, माझं चित्रपटलेखन ही गाजराची पुंगी आहे. वाजली तर वाजली, नाहीतर मोडून खाल्ली! या मंडळीपैकी कुणी मद्यपान करीत असला तरी तो काही मला खाली पाडून माझ्या तोंडात बाटली ओतणार नाही ना?''

कलावंताविषयी वाटणारे दुर्दम्य आकर्षण आणि त्यांच्या ऐकीव छंदफंदामुळे वाटणारी अनामिक भीती यांचं मोठं चमत्कारिक मिश्रण प्रापंचिकांच्या मनात झालेलं असतं! जणू कलावंत हा काही या जगातला मनुष्य नसतो; तो अर्धा देव आणि अर्धा राक्षस असतो! मराठी रंगभूमीनं जनमनाचा हा विचित्र सासुरवास दीर्घकाळ भोगला होता! माझ्याविषयी काळजी करणाऱ्या त्या संपादकांच्या मुखाने नटविटचेटांना एका दावणीत बांधून आपल्या पावित्र्याचं प्रदर्शन करणारी ती जुनी परंपराच बोलत होती!

पण 'हंस'मध्ये कुणाकडूनही कोणत्याही प्रकारचा उपसर्ग मला पोचला नाही.

विविध प्रकृतिधर्मांनी आणि जीवनक्रमांनी भरलेल्या 'हंस' कुटुंबात मी सहज एकरूप होऊन गेलो.

तसं पाहिलं तर मी पावित्र्यवादी (Puritan) वातावरणात लहानाचा मोठा झालो. कुणी सिगारेट 'ऑफर' केली, तर ती नाकारताना सुद्धा 'थँक्यू' म्हणावं लागतं हे माझ्यातल्या खेडवळ शिक्षकाच्या गावीही नव्हतं. मी चक्क 'ओढीत नाही' असं बालबोध शब्दात सांगत असे. 'नवल आहे बुवा!' असं त्या दात्यानं आश्चर्यानं म्हटलं की, मी मल्लिनाथी करी 'अहो, मी बोलून चालून मास्तर आहे, मी विड्या फुंकू लागलो असतो तर शाळेतल्या पोरांनीही गुरुच्या पावलावर पाऊल ठेवलं असतं! मग शिरोड्यात शाळेऐवजी विड्यांचं दुकान काढूनच मला बसावं लागलं असतं!'

'हंस' मुळे निर्माण झालेली जवळीक बकुळीच्या सुगंधाप्रमाणे बाबूरावांची व माझी शेवटपर्यंत सोबत करीत राहिली. १९५७ साली साताऱला भरलेल्या नाट्य संमेलनाचा मी अध्यक्ष होतो. अध्यक्षपदाच्या सूचनेला अनुमोदन देताना बाबूरावांनी अगदी छोटं पण अत्यंत भावपूर्ण भाषण केलं. ते म्हणाले, "हंसमध्ये आम्ही पाच पांडव होतो. त्यातले खांडेकर धर्मराज, अत्रे भीम, विनायक अर्जुन, मी आणि पांडुरंगराव नकुल-सहदेव." त्यांचे ते उद्गार व त्या मागचा आपुलकीनं ओथंबलेला स्वर मी कधीच विसरणार नाही. हे उद्गार औपचारिक नव्हते; केवळ अलंकारिकही नव्हते. आम्ही पाच जणांनी एकत्र येऊन चार वर्षं जे एक भव्य स्वप्न पाहिलं होतं, त्याचं मनात रेंगाळत राहिलेलं ते प्रतिबिंब होतं!

★ ★ ☆

६

सौजन्यशील चरित्र अभिनेते :
दादा साळवी

तीस वर्षांपूर्वीची गोष्ट. मा. विनायक यांच्या प्रफुल्ल पिक्चर्सचं पहिलं चित्र 'माझं बाळ' पुण्यामुंबईस नुकतंच प्रदर्शित झालं होतं. एके दिवशी बॅरिस्टर जयकर ते पाहायला आले. त्यातला सरकारी वकील मनोहर या भूमिकेनं ते इतके प्रभावित झाले की, चित्रपट संपल्यावर त्यांनी उद्गार काढले, 'वकील कसा असावा हे शिकण्याकरिता तरुण वकिलांनी हा चित्रपट अवश्य पाहावा.' ही नायकाची भूमिका केली होती अभिनयकुशल नटवर्य दादा साळवी यांनी.

साळवी यांनी वकिलाची ही भूमिका इतकी हुबेहूब आणि परिणामकारक कशी वठवली याचं जयकरांसारख्या त्या व्यवसायातलं शिखर गाठलेल्या व्यक्तीलाही नवलच वाटलं. कोर्ट-कचेऱ्यांशी साळवींचा कधी संबंध आला होता की काय असा प्रश्न त्यांनी केला. पण भूमिका करणारे साळवी काय, चित्रपटाचं दिग्दर्शन करणारे विनायक काय किंवा कथालेखक खांडेकर काय यांच्यापैकी कोणीही कोर्टाची पायरी क्वचितच चढली असेल आणि नाईलाजाने ती चढली असली तरी ती शक्य तितक्या लवकर उतरण्याकरिता. अशा स्थितीत अभिनयाला आवश्यक असलेले बारकावे कधीकाळी हे उपयोगी पडतील म्हणून कोणता नट मुद्दाम शोधीत बसेल?

याच चित्रपटाविषयीची दुसरी एक आठवण – चित्राचं पुण्यात उद्घाटन महर्षी अण्णासाहेब कर्वे यांच्या हस्ते व्हावं अशी दिग्दर्शक विनायकांची इच्छा होती. ती लक्षात घेऊन मी अण्णासाहेबांना भेटलो. त्यांनी माझ्या सौजन्यानं आमचं आमंत्रण स्वीकारलं. चित्रपट पाहताना ते इतके सद्गदित झाले की, तो संपल्यावर जागेवरून उठण्याचं भानही त्यांना काही क्षण राहिलं नाही. मग ते उठले ते डोळ्यातलं पाणी आवरण्याचा प्रयत्न करीतच.

या चित्रपटाला हे जे यश मिळालं त्यात सिंहाचा वाटा होता दिग्दर्शक विनायक यांचा आणि त्यांना हव्या असलेल्या अभिनयाचे बारकावे सहजतेने प्रकट करणाऱ्या साळवींचा. ही भूमिका तशी अवघड होती. मनोहरच्या मनातली निरनिराळ्या तऱ्हेची गुंतागुंत पडद्यावर प्रकट करणं मुद्राभिनयावर प्रभुत्व असणाऱ्या नटालाच शक्य होतं. त्यातही कथानकाची ठेवण कुमारी माता असलेल्या नायिकेविषयी पूर्ण सहानुभूती निर्माण करणारी होती. मनोहरशी तिचं लग्न झालं असलं तरी तिनं आपलं रहस्य त्याच्यापासून लपवून ठेवलेलं आहे. शेवटी न्यायालयात मनोहर सरकारी वकील म्हणून उभा राहतो तो कौमार्यात प्राप्त होणाऱ्या मातृत्वाचा कट्टर विरोधक म्हणूनच. अशा स्थितीत मनोहरविषयी प्रेक्षकांना आपुलकी वाटणं शक्य नव्हतं. पण साळवींनी आपलं चालणं, बोलणं, मुद्राभिनय इ. गोष्टी अथपासून इतिपर्यंत जिवंत करून सोडल्या होत्या.

नटवर्य साळवींना ४ डिसेंबर १९७३ रोजी सत्तरावं वर्ष लागलं. आयुष्याच्या या ६९ वर्षांपैकी दोन तृतीयांश काळ म्हणजे बरोबर ४६ वर्षं ते चित्रपटसृष्टीची सेवा करीत आले आहेत. मूक चित्रपटांचा जमाना चालू असताना (१९२७ साली) त्यांनी त्यावेळी नव-नवलाच्या वाटणाऱ्या या सृष्टीत पदार्पण केलं. त्यांची ती पदयात्रा आजही सुरू आहे. या जवळजवळ अर्धशतकाच्या काळात त्यांनी दोनशेहून अधिक चित्रपटांत कामं केली आहेत. अनेक चित्रपट आपल्या अभिनयानं संस्मरणीय - तर काही अविस्मरणीय केले आहेत. 'भक्त प्रल्हादा'तल्या हिरण्यकश्यपूपासून 'सांगत्ये ऐका'मधल्या पाटलापर्यंत आणि छत्रपती संभाजीमधल्या कपटी कलुषापासून कन्यादानमधल्या सहृदय सासऱ्यापर्यंत नाना तऱ्हांच्या भूमिका त्यांनी यथायोग्य वठविल्या आहेत. भूमिका लहान असो वा मोठी असो तिचं मर्म ओळखून ती पडद्यावर मूर्तिमंत उभी करण्यात ते वाकबगार आहेत.

मी साळवींची भूमिका प्रथम पाहिली ती १९२८ साली अत्र्यांच्या 'प्रेमवीर' या विनोदी चित्रपटात, नायिकेच्या वडिलांची. ज्योतिषाचं वेड लागलेल्या या म्हातारबुवांचं काम साळवींनी इतक्या सफाईनं केलं होतं की, ते तिशी पस्तीशीतले तरुण नट असतील अशी शंकाही माझ्या मनाला शिवली नाही. पुढे ते हंस पिक्चर्समध्ये दाखल झाले.

त्यानंतर नवयुग पिक्चर्स व प्रफुल्ल पिक्चर्स या संस्थांमध्येही ते सतत भूमिका करीत राहिले. या तिन्ही चित्रपट कंपन्यांचा मी लेखक असल्यामुळे त्यांचा व माझा परिचय होऊन तो वृद्धिंगत होत गेला. नट म्हणून आणि व्यक्ती म्हणून त्यांच्या ठिकाणी जे अनेक अमोल गुण आहेत त्यांचं प्रसंगापरत्वे मला दर्शन घडत गेलं. मी लिहिलेल्या कथांवरल्या अनेक चित्रपटांत त्यांनी कामं केली आहेत. त्यांपैकी देवता, अमृत आणि माझं बाळ या तीन बोलपटांतल्या त्यांच्या भूमिका इतकी वर्षं

होत आली तरी माझ्यापुढे मूर्तिमंत उभ्या आहेत. ते चित्रपट पाहिलेला कोणताही प्रेक्षक त्या भूमिका सहसा विसरू शकणार नाही. अजूनही पुण्या-मुंबईच्या रस्त्यावर साळवींना अधूनमधून एखादी प्रौढ किंवा वृद्ध व्यक्ती भेटते. ती त्यांच्याकडे निरखून पाहात 'तुम्ही साळवीच ना' असं त्यांना विचारते व या चित्रपटांपैकी एखाद्याची त्यांना कृतज्ञतापूर्वक आठवण देते.

'चतुराईची जोड' चित्रपटामधल्या नटाला आवश्यक असलेल्या अनेक देणग्या साळवींना जन्मतःच लाभल्या आहेत. देवदयेनं मिळालेल्या या गोष्टींचा त्यांनी मोठ्या चतुराईनं आपली कला संपन्न करण्याच्या कामी उपयोग केला आहे. उंचापुरा बांधा, भरदार व रुबाबदार शरीर, गोडवा असलेली स्वच्छ वाणी आणि बोलण्या-चालण्यातील सहजता इ. गोष्टींच्या जोडीला भूमिकेची उत्तम समज, बहुतेक सर्व रसांवर प्रभुत्व, संवाद सहजतेनं बोलूनही ते परिणामकारक करण्याची हातोटी आणि एकंदर भूमिकेचं चित्रपटातलं कार्य लक्षात घेऊन त्या दृष्टीने ती उभी करण्याची दक्षता इ. गोष्टी त्यांच्या कामात नेहमी प्रत्ययाला येतात. त्यांच्या थोराड बांध्यामुळे त्यांच्या वाट्याला पुष्कळदा प्रौढ किंवा वृद्ध अशा भूमिकाच आल्या आहेत. ते चित्रपटातल्या किती नायकांचे किंवा नायिकांचे पिताजी बनले असतील हे त्यांनासुद्धा सांगता येणार नाही. अत्र्यांच्या 'प्रेमवीर' व 'ब्रह्मचारी' या दोन्ही चित्रपटांत त्यांच्याकडे नायिकेच्या पित्याची भूमिका आली.या दोन्ही पित्यांना एकेका गोष्टीचं अमर्याद वेड असतं, पहिल्याला ज्योतिषाचं व दुसऱ्याला जंगलवाढीचं. असं असूनही 'प्रेमवीर व ब्रह्मचारी'मधल्या भूमिका त्यांनी निरनिराळ्या ढंगाने कशा केल्या आहेत हे पाहण्याजोगं आहे. 'देवता' व 'अमृत' या बोलपटांत त्यांच्याकडे प्रौढ पित्याची भूमिका आली. दोन्ही भूमिका प्रेक्षकांच्या सहानुभूतीला आवाहन करणाऱ्या नव्हत्या, पण लहान लहान प्रसंगात रंग भरून साळवींनी त्या अत्यंत आकर्षक तर केल्याच, शिवाय एकंदर चित्रपटाला उठाव आणला. 'देवता'मधील दीर्घकाळ परदेशी राहिलेल्या आणि वात्सल्याच्या अनुभवाला पारख्या झालेल्या प्रौढ पित्याची भूमिका वठविताना दुसऱ्या 'लग्नामुळे' लाभलेल्या छोट्या मेव्हणीबरोबर खेळण्यात दासोपंत कसा गुंग होतो हे त्यांनी फारच हृदयस्पर्शी रीतीनं दाखविलेलं होतं. त्यांच्या प्रत्येक यशस्वी भूमिकेचे बारकावे हा त्यांच्या अभिनयनैपुण्याचा एक विशेष आहे.

साळवींच्या अभिनय-कौशल्याचा आत्मा आहे, विविध स्वभावरेखा सजीव करण्याच्या त्यांच्या सामर्थ्यात. ते हाडाचे कॅरॅक्टर ॲक्टर आहेत. त्यामुळे भूमिका गंभीर असो वा विनोदी असो, नायकाची असो अगर खलनायकाची असो, कथानकाच्या दृष्टीनं ती महत्त्वाची असो वा नसो साळवी तिच्यात सहज रंग भरू शकतात. अनेक चांगल्या, चांगल्या नटांचा हळूहळू अभिनयाचा एक साचा बनतो. साळवींच्या ठिकाणी हे वैगुण्य आढळत नाही. मात्र आपल्या पुष्कळशा चित्रपटकथा ग्रामीण

आणि कौटुंबिक अशा संकुचित वर्तुळातच फिरत असल्यामुळे साळवींच्या वाट्याला अनेकदा एकाच पद्धतीची भूमिका येते. त्यांचं अभिनय-नैपुण्य लक्षात घेऊन फार थोड्या लेखकांनी व दिग्दर्शकांनी त्याचा चतुराईने उपयोग करून घेतला असेल.

या बाबतीत त्यांच्या विनोदी भूमिकांचा उल्लेख करता येईल. कसलं तरी बंड डोक्यात घेतलेल्या प्रौढाची भूमिका त्यांना अनेकदा मिळाली. पण जगाकडे, जीवनाकडे आणि एकंदर संसाराकडे मिस्कीलपणानं किंवा खेळकरपणानं पाहाणाऱ्या प्रौढाची बहुरंगी भूमिका त्यांच्या वाट्याला आली नाही. आपल्या चित्रपटात प्रणयाचं काम, खलत्वाचं काम किंवा विनोदाचं काम. त्याचे साचेच अधिक. व्यामिश्र (कॉम्प्लेक्स) स्वरूपाच्या मानवी स्वभावाचं चित्रण करायला जिथं आमचे नाटककार आणि कादंबरीकार फारसे धजत नाहीत तिथं चित्रपट निर्मिती हा जुगार आहे या कल्पनेनं पछाडलेले निर्माते चाकोऱ्या मोडून स्वतंत्र पाऊलवाटा शोधीत बसतील हे संभवत नाही. व्यामिश्रतेशिवाय वास्तवता अस्सल स्वरूपात उभी राहू शकत नाही. पण याची जाण जीवनदर्शन घडवू इच्छिणाऱ्या आपल्या कलावंतांना अजून पुरेशी झालेली नाही. यामुळेच साळवींच्या अभिनयनैपुण्याला आव्हान देणाऱ्या व बौद्धिक आणि भावनिक समस्यांवर आधारलेल्या कथा त्यांच्या वाट्याला फार थोड्या आल्या.

सौजन्य आणि प्रसिद्धिपराङ्मुखता हे साळवींच्या स्वभावाचे दोन विशेष होत. या उपजत सौजन्यामुळेच चित्रपटाच्या जगात, विविध व्यक्तींशी आणि दिग्दर्शकांशी त्यांचे संबंध सतत सलोख्याचे राहिले आहेत. कलेच्या जगात हेवेदावे नसावेत म्हटलं तरी तिथं ते हटकून आढळतातच. गटबाजींचं वर्चस्व कलेच्या राज्यात धिंगाणा घालीत असतं पण साळवी या सर्व गोष्टींपासून अलिप्त आहेत.

मराठी चित्रपटाला आपल्या अभिनयाने अलंकृत करणाऱ्या आणि त्याची कलात्मकता वाढविणाऱ्या दुर्गाबाई खोटे, बाबूराव पेंढारकर, केशवराव दाते, गजानन जहागीरदार अशा अग्रेसर अभिनेत्यांच्या पंक्तीतच साळवींचं स्थान आहे. मराठी बोलपटांच्या इतिहासाला त्यांचा अभिनेते म्हणून सादर साभिमान उल्लेख करावा लागेल. असा हा गुणी नटश्रेष्ठ आजही मराठी निर्मात्यांना उपलब्ध आहे ही भाग्याची गोष्ट आहे. प्रभावी कथा, कुशल दिग्दर्शन, अभिजात अभिनय यांच्या त्रिवेणी संगमातूनच चांगला चित्रपट साकार होतो हे लक्षात घेऊन मराठी चित्रपटांची आजची कोंडी फोडू इच्छिणारा एखादा महत्त्वाकांक्षी निर्माता उद्या पुढे आला तर आपला डाव जिंकण्याकरिता साळवींसारखा एक हुकमाचा एक्का आपल्याला उपलब्ध आहे हे त्याचं त्यालाच सहज कळू शकेल.

★ ★ ★

लता? छे, कल्पलता : लता मंगेशकर

फलज्योतिषावर माझा विश्वास नाही. पण दोन तपं उलटून गेली तरी एक भविष्य माझ्या मनात घर करून राहिलं आहे. मी ते ऐकलं ऐन मध्यरात्री. सांगलीच्या सदासुख नाट्यगृहात. 'मानापमान' नाटकाच्या प्रयोगाच्या वेळी, दोन अंकांच्या मध्यंतरात. ते भविष्य वर्तवणारे होते मास्टर दीनानाथ. ऐकणारे होतो आम्ही दोघं - दिग्दर्शक विनायक आणि मी.

हा योग घडून आला तो असा. हंस पिक्चर्सचा कथालेखक म्हणून एकोणीसशे अडतीस साली मी कोल्हापूरला आलो. आलो कसला? विनायकांनी मला करवीर क्षेत्री ओढून आणलं. त्यानंतरच्या वर्ष-दीड वर्षातली गोष्ट. एके दिवशी अचानक विनायक मला म्हणाले, ''आज रात्री सांगलीला जायचंय आपल्याला दीनानाथांनी बोलावलंय. ते कंपनी पुन्हा सुरू करताहेत. आज 'मानापमान' आहे त्यांचं.''

त्या दिवशी रात्री नाटक सुरू होण्याच्या सुमारास आम्ही दोघांनी सदासुख नाट्यगृहात प्रवेश केला. अर्धेअधिक नाट्यगृह रिकामं होतं. ते पाहून माझं मन चरकलं. मराठी रंगभूमीचा तो अगदी ओहोटीचा काळ होता. भरतीची पूर्वचिन्हं कुठेच दिसत नव्हती. त्यामुळे 'बळवंत नाटक मंडळी'चं पुनरुज्जीवन होत असूनही नाट्यगृहात उत्साहाचे वारे कुठेच जाणवत नव्हते. अशा स्थितीतही दीनानाथांनी त्या रात्री धैर्यधराची पदं - विशेषत: 'शूरा मी वंदिले' हे पद आपलं सारं कौशल्य पणाला लावून कशी म्हटली हे अद्यापि माझ्या स्मरणात आहे. दोन अंक झाल्यावर विनायक आणि मी चहा घेण्याकरता आत गेलो. दीनानाथांशी गप्पागोष्टी करू लागलो. संभाषण चटकन भविष्यकथनकडे वळलं. एक तर विनायकांचा फलज्योतिषावर फार विश्वास होता. शिवाय दीनानाथ भविष्य अतिशय चांगले जाणतात हे त्यांना

ठाऊक होते. त्यामुळे असेल किंवा प्रतिकूल परिस्थितीत कंपनीचा पुनर्जन्म होत असल्यामुळे असेल; हा विषय बोलण्यात निघाला आणि दीनानाथांची मुद्रा एकदम प्रफुल्लित झाली. आपले पुढले ग्रह फार उच्चीचे आहेत, मागे आपण जसा ऐश्वर्याचा काळ पाहिला तसा किंबहुना त्याहूनही अधिक उज्ज्वल असा कीर्तीचा आणि वैभवाचा काळ आपल्याला पुढे लाभणार आहे हे त्यांनी इतक्या आत्मविश्वासानं सांगितलं की, त्या भविष्याबद्दल शंका व्यक्त करण्याचा धीर माझ्या पाखंडी मनाला झाला नाही. मी मुकाट्यानं ऐकत राहिलो. चित्रपट संगीताच्या क्षेत्रातलं गेल्या दीड तपातलं लताबाईंचं कर्तृत्व पाहिलं म्हणजे मनात येतं, दीनानाथ जो उज्ज्वल भविष्यकाळ पाहत होते तो अक्षरशः सत्यसृष्टीत उतरायचा होता. त्या भविष्यात फक्त एक चूक होती. त्यांच्या बाबतीत ते घडायचं नव्हतं. त्यांची थोरली लाडकी लेक ते भविष्य खरं करून दाखविणार होती.

अल्लड लताला मी पहिल्यांदा पाहिलं, ते पुण्यात. 'सरकारी पाहुणे' या बोलपटाच्या सेटवर, त्यावेळी नवयुग चित्रपट कंपनी कोल्हापूरहून पुण्याला गेली होती. चिं. वि. जोशींच्या 'स्टेट गेस्ट' या कथेवरून 'सरकारी पाहुणे' या बोलपटाची पटकथा व संवाद मी लिहिले होते. चित्रित करावयाच्या पुढल्या भागात विनायकांना कुठे काही बदल हवे असतील तर पाहावं म्हणून मी स्टुडिओत गेलो होतो. बोलता बोलता विनायक दोन नवीन मुलींशी माझी ओळख करून देत म्हणाले, "ही बेबी आचरेकर. ही लता, दीनानाथांची मुलगी. या दोघींनाही आपल्या पुढल्या चित्रात कामं हवीत हं! लताचा आवाज फार गोड आहे, तो ऐकल्याशिवाय त्याची गोडी कळायची नाही तुम्हाला!"

पुढे लवकरच विनायकांनी 'प्रफुल्ल पिक्चर्स' ही स्वतःची संस्था कोल्हापुरात स्थापन केली, साहजिकच विनायकांशी ऋणानुबंध असलेली सर्व मंडळी कोल्हापुराला आली. त्यात मंगेशकर कुटुंबही होतं. प्रफुल्ल पिक्चर्सचं पहिलं चित्र 'माझे बाळ' मी लिहिलं. त्या चित्रात लताला शोभेल अशी भूमिका देणं कठीण होतं. ते होतं कुमारी मातेच्या समस्येवर आधारलेलं चित्र. त्याची ठेवण मूलतःच गंभीर होती. अशा कथेत मोडतोडीला किंवा तडजोडीला फारशी जागा नसते. शिवाय मला हुकमेहुकूम काही लिहिता येत नाही. मनात फुललेल्या कथानकात फालतू पात्रं घालून पुन्हा त्याला बंदिस्त स्वरूप देणं मला जमण्याजोगं नव्हतं. पण विनायकांना दहा-बारा वर्षांच्या लताचा गोड आवाज या चित्राच्या द्वारे लोकांना ऐकवायचा होता. त्यासाठी कुठेतरी गाण्याची एक जागा शोधून काढणं प्राप्त होतं. पण मोठ्या शहरात राहायची जागा मिळवणं जितकं कठीण, तितकंच गंभीर बोलपटात रसपरिपोषक अशी गाण्याची जागा शोधून काढणं अवघड!

विनायकांना लहान मुलांचा खोडकर स्वभाव चित्रीत करण्याची व अशा

एखाद्या प्रसंगाच्या साहाय्यानं बालस्वभावाला शोभेल असं गाणं घालण्याची हौस होती. अशा गाण्याचा नाट्यात्मक उपयोग करून घेण्याचं त्यांचं चातुर्य मला परिचित होतं. माझ्या 'देवता' चित्रपटात नायिकेच्या घरचं गरिबीचं वातावरण चित्रीत करीत असताना तिचा धाकटा भाऊ प्रभाकर आणि धाकटी बहीण प्रेमा यांच्या तोंडी 'तुझ्या गळा माझ्या गळा' हे तांब्यांचं गीत घालून त्यांनी मोठी रंगत आणली होती. 'माझं बाळ'मध्ये असंच काहीतरी हवं होतं त्यांना. पण तशी जागा कुठे सापडेना. कविवर्य तांबेही माझ्या मदतीला येईनात. शेवटी अण्णांच्या आश्रमातल्या एका खोडकर मुलीचं काम त्यांनी लताला दिलं. ती मुलगी अण्णांच्या खोलीतल्या नाना प्रकारच्या वस्तूंशी खेळत आणि नोठ्या माणसांच्या नकला करीत गाणं म्हणते अशी कल्पना त्यांनी सुचवली. कसंबसं ते गाणं मी केले. 'नाही मी एकटी' असा काहीतरी त्या गाण्याचा प्रारंभ असात्रा!

त्या गाण्याला योग्य अशी जागा सापडली नव्हती. साखर विरघळून जावी तसं ते कथेच्या ओघात एकरूप होऊ शकत नव्हतं. शिवाय गीतरचनेची माझी शक्ती मुळातच तोकडी आहे. या सर्व वैगुण्यांमुळे या गाण्याकडे प्रेक्षकांचं दुर्लक्ष झालं. तथापि पुढे लवकरच प्रफुल्ल पिक्चर्सने बंगालच्या दुष्काळग्रस्तांच्या मदतीसाठी एक कार्यक्रम केला. त्यात गीतं, नृत्यं, मूकनाट्यं वगैरे अनेक गोष्टींचा समावेश विनायकांनी केला होता. कार्यक्रम भरगच्च होता. झालाही चांगला. पण त्यात अधिक उठून दिसली ती लताची गाणी! दोन-तीनच गाणी गायली असतील तिनं. पण जाणकारांना त्यांनी प्रभावित केलं, त्यांना तिनं दीनानाथांची आठवण करून दिली. पुढे प्रफुल्ल पिक्चर्सच्या 'गजाभाऊ', 'सुभद्रा' वगैरे चित्रपटांत लताला लहानसहान कामं दिली गेली. पण मुळात अतिशय गोड असलेल्या आणि संगीताची उपजत जाण असल्यामुळे अमृतमधुर वाटणाऱ्या तिच्या आवाजाचा उपयोग प्रफुल्ल पिक्चर्स पुरेसा करून घेऊ शकलं नाही. त्यासाठी अल्लड वयाच्या एखाद्या मुलीभोवती संगीताला पोषक असं कथासूत्र गुंफणं आवश्यक होतं. तशी कथाकल्पना माझ्यापाशी नव्हती. त्यामुळे याविषयी विनायकांचं व माझं अनेकदा बोलणं होऊनही त्यातून काही निष्पन्न झालं नाही.

मात्र या काळात लताचं गाणं वाढावं म्हणून विनायकांनी जसे प्रयत्न केले तसं पोरवय असूनही अंत:प्रेरणेनं आपली कला समृद्ध करण्याकडे तिनं लक्ष वळवलं. या कामी तिला सर्वांत अधिक उपयोग झाला असावा तो नूरजहान या नटीचा. 'बड़ी माँ' या प्रफुल्ल पिक्चर्सच्या चित्रपटाची ती नायिका होती. तिचा आवाज जेवढा गोड तेवढाच मोकळा. गाण्यात विलक्षण सहजता. त्यामुळे तिचं गाणे सैगलप्रमाणे मनाची चटकन पकड घेई. अर्थाला रसमयता प्राप्त करून देणारी तिची उच्चारपद्धती आणि स्वरसाधना अभ्यसनीय होती. 'बड़ी माँ'चं शूटिंग सुमारे वर्षभर चालू होतं.

या काळात नूरजहानच्या रूपानं कलेच्या आणि कीर्तीच्या शिखराकडे जाणारी पाऊलवाट लताला प्रथम दिसली.

प्रफुल्ल पिक्चर्सचा संसार अवघी दोन अडीच वर्षं कोल्हापुरात होता. त्या अवधीत विनायक अनेकदा माझ्याकडे येत. कधी कथेच्या चर्चेकरता, कधी मनमोकळेपणानं गप्पागोष्टी करण्याकरता. क्वचित लताही त्यांच्याबरोबर असे. आमची बैठक रंगली म्हणजे ती दोन-दोन, तीन-तीन तास चाले. 'माझं बाळ'च्या वेळची अशी एक आठवण माझ्या मनात अजून जागृत आहे. सुमारे दहा वाजता विनायक माझ्याकडे आले. तिसऱ्या मजल्यावरच्या हॉलवजा खोलीत आमची चर्चा सुरू झाली. लता थोडा वेळ स्वस्थ बसून ती ऐकत होती पण घटकाभरात ती या घटपटादी खटपटीला कंटाळली. ती उठली. इकडे तिकडे पडलेली माझी पुस्तकं तिनं चाळून पाहिली. त्यात मुग्ध वयाला आकृष्ट करील असं एकही पुस्तक नव्हतं. मग मन रमविण्याकरता काहीतरी गुणगुणत ती खोलीत इकडेतिकडे फिरू लागली. तिच्या गुणगुणण्यातल्या गोडव्यानं माझं लक्ष वेधून घेतलं. एखादं फुलपाखरू एका फुलावर बसतं न बसतं तोच चटकन जसं अगदी दूरच्या फुलावर उडून जातं तसे अगदी भिन्न-भिन्न प्रकारचे सूर ती सहज आळवीत होती.

पुढे कंपनी मुंबईला गेली. कथेच्या निमित्तानं अधूनमधून मला मुंबईला खेप टाकावी लागे. एखाद्या वेळी मी विनायकांकडे जेवायला राहत असे. लता तिथे दिसे. क्वचित पंक्तीला असे. गाण्यामध्ये तिची चांगली प्रगती होत आहे असं विनायक म्हणत. पण माझं गाण्याचं ज्ञान अकटोपासून विकटोपर्यंत असल्यामुळे त्याचा पडताळा घेण्याचा मी कधीच प्रयत्न केला नाही.

एकोणीसशे सत्तेचाळीस साली विनायक अगदी अकाली दिवंगत झाले. मराठी चित्रपटसृष्टीवर तो एक जबरदस्त आघात होता पण त्यापेक्षाही त्यांच्या कुटुंबावर झालेला तो वज्राघात होता. मंगेशकर मंडळींनाही तो तितक्याच तीव्रतेनं जाणवला असावा! विनायकरावांसारख्या कलावंत पण अव्यवहारी दिग्दर्शकाचा जो काही पुरा-अपुरा आधार या कुटुंबाला होता तो अचानक कोसळून पडला. मुंबईसारख्या अफाट शहरात आई आणि चार भावंडं एवढा प्रपंच चालवण्याची जबाबदारी थोरली मुलगी म्हणून पंधरा-सोळा वर्षांच्या लतावर येऊन पडली. गाण्याखेरीज चरितार्थाचं दुसरं काही साधन हाती नव्हतं. अशा स्थितीत पार्श्वगीतगायनाचं काम मिळवणं, ध्वनिमुद्रणाकरता बसणं अगर आगगाडीनं वेळी अवेळी स्टूडिओत जाणं, रात्री- अपरात्री बरोबर सोबतीला कोणी नसणं आणि हे सारं चित्रपटाच्या मायानगरीत एका पंधरा-सोळा वर्षांच्या मुलीनं करणं हे मोठं दिव्य होतं. पण लता निग्रही वृत्तीनं त्या दिव्याला सामोरी गेली. जिचं मुग्धत्व अजून पुरतं संपलेलं नव्हतं अशी ही मुलगी मनाने प्रौढ झाली. आई व भावंडं यांना सांभाळण्याची जबाबदारी तिनं जिद्दीने पार

पाडली. त्या आरंभीच्या काळात लताबाईंना जे कडू-गोड अनुभव आले ते त्या शब्दबद्ध करतील तर चित्रपट सृष्टीच्या दुरून साजऱ्या दिसणाऱ्या डोंगरावर किती काटे आणि खाचखळगे असतात याची बऱहेरच्या जगाला कल्पना येईल. मुंबईसारखं बकाल शहर, स्टुडिओ स्टेशनपासून मैल-दीड मैल लांब, ध्वनिमुद्रण संपायला रात्रीचे अकरा वाजून गेलेले अशा वेळी जीव मुठीत धरून स्टेशन गाठायला त्या जात असताना अशोककुमारांनी दिलेल्या 'लिफ्ट'चं बोलता-बोलता एकदा लताबाईंनी कृतज्ञतेनं स्मरण केलं होतं. त्यांची ती ओझरती आठवण फार फार बोलकी होती.

मात्र पार्श्वगायिका म्हणून चित्रपटसंगीताच्या क्षेत्रात लताबाईंनी पाऊल टाकताच त्यांच्या अगदी आगळ्या अशा कंठमाधुर्यांनं आणि कोणत्याही प्रकारचं गाणं त्याला शोभेल अशा ढंगानं म्हणण्याच्या शैलीमुळे संगीतप्रेमी लोक तत्काळ त्यांच्याकडे आकृष्ट झाले. कानन, सुरैया, शमशाद बेगम, नूरजहान वगैरे अनेक गायिका त्यापूर्वी आपापल्या परीनं लोकप्रिय होत्या. पण लताबाईंचा या क्षेत्रात उदय होईपर्यंत ते चांदण्यांनी भरलेलं आकाश होतं. त्यात चंद्रकोर उगवलेली नव्हती. 'बरसात', 'महल' वगैरे चित्रपटांतील लताबाईंची गीतं ऐकणाऱ्यांना कलेकलेनं वाढणाऱ्या त्या चंद्रकोरीचं दर्शन झालं. लताबाईंच्या यशाचं 'She came, She sang & She conquered' असं वर्णन केलं तर त्यात अतिशयोक्ती नाही. या क्षेत्रात पदार्पण केल्याबरोबर मिळालेल्या विजयाची परंपरा त्यांनी वर्षानुवर्षे अखंड चालवली आहे. बुधवारी 'बिनाका' लागल्यावर केवळ शाळा-कॉलेजांतील मुलंच नव्हते, तर मोठी माणसंसुद्धा आजचं 'टॉप' गाणं कुणाचं असेल याची मोठ्या उत्सुकतेने चर्चा करतात - अंदाज बांधतात आणि अपेक्षेप्रमाणे ते बहुधा त्यांच्या लाडक्या लताचंच असतं.

कोणत्याही कलेच्या क्षेत्रात दीर्घकाळ शिखरावर राहणं कठीण असतं. शिवाय शिखर ही जागाच अशी आहे की, उंचीमुळे तिथून खाली पाहाणाऱ्याचे डोळे फिरतात. त्याचा तोल जाण्याचा संभव निर्माण होतो पण लताबाईंच्या ठिकाणी आवाजाची दैवी देणगी, विवेकशील मनोवृत्ती आणि कला ही उग्र तपश्चर्येखेरीज प्रसन्न होणारी देवता नाही याची रोमरोमात भिनलेली जाणीव यांचा त्रिवेणीसंगम झाला आहे. त्यामुळे शिखरावर दीर्घकाळ उभ्या असूनही खरं शिखर अजून दूर आहे या भावनेनं त्यांची कलासाधना चाललेली असते.

त्यांच्या या साधनेसंबंधानं काही लिहिण्याचा अधिकार मला नाही. मात्र राहून राहून माझ्या मनात एक गोष्ट येते ती ही. सॉमरसेट मॉमच्या 'ए रायटर्स नोटस्' या पुस्तकातील साहित्यविषयक टिपणांप्रमाणे आपल्या स्वरसाधनेविषयी लताबाई अशी काही टिपणं करतील तर ती जेवढी मनोरंजक तेवढीच उद्बोधक होतील. मला मात्र नेहमीच वाटत आलं आहे की, लताबाईंची स्वरसाधना चालते ती

एकनाथांनी वर्णन केलेल्या दत्ताच्या साधनेसारखी - 'जो जो ज्याचा घेतला गुण ।
तो तो गुरू म्या केला जाण । गुरुंसी आले अपारपण । जग संपूर्ण गुरु दिसे ।।'

यामुळेच स्त्रियांच्या वेषभूषेपेक्षाही अधिक वेगानं जिथल्या आवडीनिवडी बदलतात
अशा चित्रपटसंगीताच्या प्रांतात त्यांच्या अग्रपूजेच्या स्थानाला कधी ढळ पोचला
नाही. चालीचा ढंग तारेवर कसरत करणाऱ्या सर्कससुंदरीचा असो अथवा 'ॐ
तत्सवितुर्वरेण्यं' असा गायत्रीमंत्र जपत उगवत्या सूर्यनारायणाला अर्घ्यदान करणाऱ्या
भाविकाचा असो; त्याला धक्का लागू नये ही दक्षता घेऊन लताबाई ते गाणं
आपल्या खास वैशिष्ट्यांनी नटवतात. मधमाशीप्रमाणे टिपलेल्या अगणित स्वरसौंदर्यांपैकी
कोणतं कुठं योजावं याची जाण त्यांच्याइतकी चित्रपटातील अन्य गायकांना
क्वचितच असेल. 'घनश्याम सुंदरा श्रीधरा', 'ओऽ सजना बरखा बहार आयी', 'नैना
बरसे रिमझिम रिमझिम', 'कहीं दीप जले कही दिल', 'ऐ मेरे वतनके लोगो', 'कैसे
दिन बीते', 'जाने कैसे सपनोमें खो गई अखियाँ' अशी त्यांची दहा-पंधरा निवडक
गाणी ऐकली तरी त्यांच्या प्रतिभेच्या नवनव्या उन्मेषांची आणि परिश्रमांच्या पराकाष्ठेची
साक्ष पटेल. या गुणविशेषांमुळेच त्यांच्या कितीतरी गाण्यांना अबोलीचा रंग आणि
बकुळीचा गंध लाभला आहे.

चित्रपटातलं गाणं असतं अवघं तीन मिनिटांचं. त्याचं वरवरचं अनुकरण
करणं तितकंसं अवघड नसतं. त्यामुळे गोड गळा असलेल्या अनेक मुलींच्या आई-
बापांना आपली कन्यका लतासारखी गाते असा भ्रम उत्पन्न होतो; पण या गाण्यात
लताबाई जो जीव ओततात आणि जिव्हाळा निर्माण करतात त्याची प्रचिती बाह्य
अनुकरणातून कशी येणार! 'ओऽ सजना'सारखं गाणं जेव्हा लताबाई गातात तेव्हा
त्या लताबाई राहात नाहीत. त्या ते गाणं जगतात. चांगल्या गाण्याच्या शब्दाशब्दातलं
सुख-दु:ख त्या भोगतात आणि स्वरास्वरातून ते उत्कटतेनं प्रकट करतात. त्यांचं
गाणं एखाद्या फुलाप्रमाणे उमलत जातं. मग त्यातून भावनेचा सुगंध दरवळू
लागतो. चित्र असो, शिल्प असो, साहित्य असो वा संगीत असो प्रत्येक कलेच्या
अंतरंगी एक प्रकारचा दर्द असतो. जो कलाकार त्याचा सुंदर रीतीने आविष्कार करू
शकतो तोच सामान्यापासून रसिकश्रेष्ठापर्यंत सर्वांची मनं जिंकू शकतो.

हा दर्द व्यक्त करण्याच्या कामी गोड गळ्याची देवानं दिलेली देणगी लताबाई
अतिशय चतुरतेनं वापरतात. तसं पाहिलं तर 'गोड' या शब्दानं त्यांच्या आवाजाचं
वर्णन करण्यात काही स्वारस्य नाही. कोशात अधिक सुलभ आणि अर्थवाहक असा
दुसरा शब्द नाही म्हणूनच तो वापरायचा. साध्या भाषणातही त्यांच्या आवाजाचा
विलक्षण गोडवा जाणवल्यावाचून राहत नाही. एकोणीसशे एकसष्टच्या डिसेंबरातली
गोष्ट. डोळ्यांवर शस्त्रक्रिया करवून घेण्यासाठी मी मुंबईला चाललो होतो. शस्त्रक्रियेनंतर
पूर्ण विश्रांती मिळावी म्हणून मी लताबाईंच्याकडे राहावं अशी त्यांची व हृदयनाथांची

इच्छा होती. त्याप्रमाणे त्यांच्याकडे उतरण्याचे ठरलं होतं. पुण्याला पोहोचल्यावर आम्ही कोणत्या गाडीने येत आहोत हे कळवण्यासाठी माझी थोरली मुलगी मंदा हिला मी मुंबईला फोन करायला सांगितलं. तो केला असं सांगायला ती आली तेव्हा पर्णभारात लपलेल्या कोकिळेचा आवाज ऐकून चकित झालेल्या बालकाप्रमाणे ती मला म्हणाली, ''लताबाईंच फोनवर आल्या होत्या. फोनवरनंसुद्धा किती गोड लागतो त्यांचा आवाज! अगदी गाण्यातल्यासारखा!''

त्यांच्या आवाजातला गोडवा त्यांच्या अंत:करणातही पाहायला मिळेल. आस्तिक्यबुद्धी, देशभक्ती, कुटुंबप्रेम आणि स्नेहशीलता या साऱ्या भावना त्यांच्या ठिकाणी किती जागृत आहेत हे त्यांच्या परिचयाची संधी ज्यांना मिळाली आहे त्यांना वर्णन करून सांगायला नको. एकोणिसशे एकसष्टच्या डिसेंबरात त्यांचा पाहुणा म्हणून मी गेलो त्या रात्रीची गोष्ट. मुंबईला नेहमी नऊ वाजता पोहोचणारी गाडी कशानं कुणाला ठाऊक मध्येच रुसून बसली. तिचा रुसवा-फुगवा संपून घर गाठायला अकरा वाजून गेले पण आम्ही पाहतो तो लताबाई व घरची मंडळी आमची वाट पाहत बसली आहेत, न जेवता. गाण्याच्या ध्वनिमुद्रणाची कामं कशी वेळी-अवेळी चालतात आणि झोपायला रात्रीचे दोन-तीन कसे होतात याची कल्पना असल्यामुळे आपल्यासाठी ही मंडळी उपाशी तिष्ठत राहिली आहेत या जाणिवेनं मला फार संकोचल्यासारखं झालं. पण ते लताबाईंच्या गावीही नव्हतं. त्यांच्या दृष्टीने तो अतिथिधर्माचा आवश्यक असा भागच होता!

चित्रपटसृष्टीतल्या बहुतेक गोष्टी लुटुपुटुच्या असतात. या जगात अहर्निश पैशाची पूजा केली जाते. जीवन हा जुगार आहे ही समजूत बळावते. बेगडी यश आणि क्षणभंगुर सुख यांची मोहिनी भल्याभल्यांना एखाद्या वावटळीप्रमाणे कुठल्या कुठे उडवून नेते. अशा या सृष्टीशी सतत निकटचा संबंध येऊनही लताबाईंनी आपल्या श्रद्धा आणि भावना कसोशीने सांभाळल्या आहेत. पाण्यातल्या कमलपत्राप्रमाणे त्या या व्यवसायात वावरतात. आपलं गाणं चांगलं व्हावं म्हणून त्या जिवाचं रान करतील. पण ते गाणं उत्कृष्ट रीतीनं ध्वनिमुद्रित झालं की, त्यांचा त्या जगाशी संबंध संपतो. मग त्या उरतात देवघरातल्या मंगेशाच्या मूर्तीपुढे भक्तिभावानं लीन होणारं एक लेकरू. माईंच्या प्रकृतीची काळजी करणारी लेक. भावंडांवर मायेची अखंड वृष्टी करणारी दिदी. या लताबाई ज्ञानदेवांपासून शरच्चंद्रापर्यंत श्रेष्ठ भारतीय प्रतिभावंतांच्या साहित्याचं चोखंदळपणे वाचन करतील. साहित्य निर्मितीतील सौंदर्यावर नेमकं बोट ठेवतील. जे त्यांना आवडत नाही त्याविषयी आग्रहपूर्वक आपलं मत सुनावतील. या लताबाई मराठी चित्रपटनिर्मितीला उभं राहायला जागा असावी म्हणून कोल्हापूरचा 'जयप्रभा' स्टुडिओ फायदेशीर होत नसूनही तो चालवण्याची जबाबदारी अंगावर घेतील. या लताबाई सुंदर चित्र, सुंदर शिल्प किंवा सुंदर निसर्ग

यांच्याशी समरस होतील आणि देशोदेशींच्या संगीताच्या ध्वनिमुद्रिका भान विसरून ऐकतील. हे सारं त्या जेवढ्या तन्मयतेनं करतात तेवढ्याच हौसेनं त्या आल्या-गेल्याचं स्वागत करतील. स्नेह्यांशी गप्पागोष्टी करण्यात रंगून जातील. त्यांची विनोदबुद्धी तल्लख आहे. त्यामुळे त्या चतुर संभाषण करू शकतात आणि संभाषणाची गोडीही मनसोक्त चाखू शकतात. भारतीय संस्कृतीतील चिरंतन मूल्यांचा - शुचिता, त्यागबुद्धी, गृहस्थधर्म, कुटुंबवत्सलता, वडिलधाऱ्या माणसांविषयीचा आदर इत्यादिकांचा - त्यांना विलक्षण अभिमान आहे.

परंपरागत चांगले संस्कार त्या कटाक्षानं पाळतात. पाच-सहा वर्षांपूर्वीची गोष्ट. त्यांच्या एका वाढदिवसाला त्या कोल्हापुरात होत्या. मला याची काहीच कल्पना नव्हती. संध्याकाळी नेहमीप्रमाणे एका स्नेह्यांना बरोबर घेऊन मी फिरायला गेलो. मी गेल्यावर लताबाई आमच्या घरी आल्या. माझी फिरायला जाण्याची वाट ठरलेली आहे. मंदानं ती त्यांना सांगितली. मग गाडी घेऊन लताबाई माझा माग काढीत आल्या. मी माझ्या स्नेह्यांबरोबर माळावर हवा खात बसलो होतो. रस्त्यावरून हळूहळू येणारी एक गाडी आम्हाला दिसली. काही क्षणांनी तिच्यातून लताबाई उतरल्या व आम्ही बसलो होतो त्या दिशेनं येऊ लागल्या. वाढदिवसादिवशी नमस्कार करून माझा आशीर्वाद घ्यायचा होता त्यांना. तो त्यांनी त्या माळरानावर घेतला.

'सूनबाई' चित्रपटाच्या वेळची गोष्ट. शस्त्रक्रिया झाल्यावर डॉक्टरांना डोळा दाखवण्याकरता मी मुंबईला गेलो होतो. 'सूनबाई'ची गाणी तयार होत होती तेव्हा. या मराठी बोलपटाचे संगीत दिग्दर्शक होते सलिल चौधरी. त्यांनी काढलेली चाल मोठी मोहक पण अचपळ होती. बंगालीतील कोळ्यांच्या एका गाण्याची. त्या चालीवर गाणं करायचं होतं ते बारशाच्या समारंभाला शोभेल असं. त्या चालीवर गाणं होणं कठीण आहे असं काही मंडळींचं मत असल्याचं मला हृदयनाथांनी सांगितलं. म्हणून मी त्या चालीशी कुस्ती आरंभिली. ती चाल हृदयनाथांकडून अनेकदा म्हणवून घेतली. गाणं कसंबसं पुरं केलं. गाणं चालीबरहुकूम झालं आहे की नाही हे पाहण्याकरता सलिलबाबू आले. हृदयनाथांच्या खोलीत आम्ही तिथे बसलो. पण बंगाली व मराठी शब्दोच्चारांत आणि शब्दांवरील आघातांत फरक असल्यामुळे सलिलबाबूंच्या तोंडूनसुद्धा ते गोड लागेना. इतक्यात लताबाई तेथे आल्या. त्यांनी एक-दोनदा कागदावरल्या ओळींवरून नजर फिरवली आणि 'हलव पालख ना' हे गाणं त्या म्हणू लागल्या. लगेच त्या गाण्याची रया बदलली. म्हणण्याच्या दृष्टीने त्यात कुठं काही खटकत नाही हे स्पष्ट झालं.

लताबाईंची कला राजवाड्यांच्या भिंतीत किंवा कलावंतांच्या मैफलीत कोंडून पडलेली नाही ही सर्वसामान्य मनुष्याच्या दृष्टीनं भाग्याची गोष्ट आहे. त्यांच्या

गाण्याचा गोडवा झोपडीपर्यंत पोहोचला आहे. कष्ट करून थकलेल्या जीवांना तो रिझवीत आहे. ही कला त्यांच्या दैनंदिन विरंगुळ्याचं एक साधन बनली आहे. हल्ली संध्याकाळी मी फिरायला जातो तेव्हा संध्यारंगाची पश्चिमेकडली कलाकुसर पाहून मन आनंदून जातं. पण फिरून परत येताना ती कलाकुसर दिसत नाही. काळोखानं ती नाहीशी करून टाकलेली असते. मात्र गमावलेल्या आनंदाची भरपाई करणाऱ्या दोन गोष्टी वाटेत मला हटकून भेटतात. रातराणीचा सुगंध आणि लताबाईच्या कुठल्यातरी गाण्याचे गोड सूर. बंगल्यांतून, घरांतून, झोपड्यांतून नाचत नाचत बाहेर येणारे सूर! जनजीवनात असं अढळ स्थान मिळण्याचं भाग्य असामान्य कलावंताखेरीज दुसऱ्या कुणाला लाभू शकेल?

✩ ✩ ✩

८

स्नेहशील : वामनराव कुलकर्णी

'हंस पिक्चर्स' या चित्रपट संस्थेच्या परिवारात मी खराखुरा दाखल झालो तो १९३८ साली. ही चित्रपट कंपनी १९३५ अखेर स्थापन झाली व तिची पहिली चित्रपट कथा 'छाया' मीच लिहिली. असं असूनही तिच्या परिवाराशी १९३८ पर्यंत माझा निकटचा संबंध आला नाही. याचं मुख्य कारण 'छाया' ह्या बोलपटाचं लेखन व चित्रीकरण पुण्यात झालं. मी त्यावेळी औषधोपचारासाठी माझे मावस बंधू डॉ. भडकमकर यांच्याकडे राहात होतो. दिग्दर्शक विनायक व त्यांचे साहाय्यक श्री. जुन्नरकर दुपारी अकरा-बाराच्या सुमाराला माझ्याकडे येत आणि मी आदल्या दिवशी लिहिलेल्या कथाभागाचं व संवादाचं चर्चापूर्वक संस्करण होई. पुढे 'छाये'चं चित्रीकरण पुण्यातल्या ज्या स्टुडिओत सुरू झालं तिथेही मी फार तर दोन-तीन वेळाच गेलो असेन. एखाद्या गाण्याची चाल घेण्यासाठी किंवा चित्रीकरण पाहण्यासाठी. साहजिकच त्यावेळी दिग्दर्शक विनायकराव व बाबूराव पेंढारकर यांच्याशिवाय माझा कुणाशीही विशेष परिचय झाला नाही. मग स्नेहसंबंध जुळणं दूरच राहिलं!

१९३८ साली बाबूराव व विनायकराव यांच्या आग्रहामुळे हंसचा कथाकार म्हणून मी कोल्हापूरला येऊन राहिलो. इथंही चित्रपटकथेचं लेखन व त्याची चर्चा मुख्यत: माझ्या घरीच होई. पण केव्हा गाण्याच्या चाली घेण्यासाठी, केव्हा कंपनीतल्या एखाद्या समारंभासाठी व केव्हा केव्हा आयत्यावेळी संवादात बदल करण्यासाठी मी अधूनमधून कंपनीत येऊ-जाऊ लागलो. हळूहळू याही मंडळींशी परिचय वाढला. क्वचित परिचयाचं स्नेहात रूपांतर झालं. रत्नप्रभा, मीनाक्षी, साळवी, दामुअण्णा मालवणकर, जोग, दादा चांदेकर, शामराव ओक, नी. गो. पंडितराव, वामनराव कुलकर्णी इत्यादींचा अशा मंडळींत समावेश करता येईल.

वामनराव व्यवस्थापनाच्या बाजूला होते. त्यामुळे त्यांची ओळख होणं अपरिहार्य होतं पण ती ओळख वाढली व पुढे तिला स्नेहाची चौकट मिळाली ती त्यांच्या दिलखुलास स्वभावामुळे. या वेळी हंस पिक्चर्सची सर्व मंडळी एक प्रकारच्या कौटुंबिक भावनेनं भारलेली होती. 'छाया', 'धर्मवीर' यांसारखे यशस्वी सामाजिक चित्रपट कंपनीनं काढले होते. आपल्याला पगार किंवा मोबदला काय मिळतो आणि तो वेळेवर मिळतो की नाही, यापेक्षा कंपनी काढत असलेला बोलपट कसा यशस्वी होईल या गोष्टीचा पगडा बहुतेक प्रमुख मंडळींच्या मनावर होता. वामनराव कुलकर्णी हे बाबूराव व विनायकराव यांच्य दीर्घ परिचयाचे. त्या दोघांच्या स्नेहामुळेच ते हंस कुटुंबात सामील झाले. वामनराव जितके हसतमुख तितकेच व्यवहारकुशल. कोल्हापूरची खडा न् खडा माहिती असणारे. कंपनीला त्यांचा नाना तऱ्हांनी उपयोग होई.

पण माझ्या व त्यांच्या परिचयाचं रूपांतर स्नेहात झालं ते त्यांच्या दर आठवड्याला नियमितपणे माझ्या घरी होणाऱ्या आगमनामुळे. प्रापंचिक गोष्टीत फारसं लक्ष घालण्याचा माझा स्वभाव नाही. माझी पत्नी तशी कोल्हापूरला अपरिचित नव्हती पण बिऱ्हाड मांडायचं म्हटलं म्हणजे त्याला अनेक गोष्टींची जरुरी लागते. लहानसहान अडचणी नित्य येतात. अशा बाबतीत तिला जी मदत हवी असेल ती देण्याकरिता वामनरावांची फेरी माझ्या घरी होई. मोलकरीण हवी असली, रविवारचा बाजार करायचा असला, त्या काळी बस नसल्यामुळे दररोज नियमितपणे येणारा आणि पत्नीला आणि मुलांना गावात घेऊन जाणारा टांगा ठरवायचा असला किंवा असलंच कुठलेहो काम असलं की, ते वामनराव लीलेनं करीत. त्यांची मुद्रा सदा हसतमुख असे. बोलणं-चालणं अगदी मनमोकळं, कुणाच्याही उपयोगी पडल्याची ऐट नाही, काही नाही. त्यांनी कुठलंही काम करतो म्हटलं म्हणजे ते बिनबोभाट झालं म्हणून समजावं असा सर्वांचा अनुभव! जणू वामनरावांच्या हातात किल्ल्यांचा मोठा जुडगा असे आणि डोळ्यांचं पातं लवतं न लवतं तोच हातातल्या कामाच्या कुलुपाला कोणती किल्ली लागेल हे अंत:स्फूर्तीनं ओळखून ते ती किल्ली चालवत असत. अशा रितीनं त्यांचा व माझा घरोबा वाढला. एका हसतमुख व्यक्तित्वाशी माझा दाट परिचय झाला. अंगणात प्रवेश करताच ते नेहमी 'वैनी' अशी मोठ्यानं हाक मारीत असत. ती प्रेमळ हाक अजूनही माझ्या कानात घुमत आहे.

आमच्या या परिचयाचं स्नेहात रूपांतर झालं ते वामनरावांच्या स्वभावातल्या गोडव्यामुळे. त्यांच्या-माझ्या गप्पागोष्टींत साहित्य, चित्रपट, कलातंत्र वगैरे शब्द फार क्वचित येत. त्यांना असल्या गोष्टींविषयी मोठंसं आकर्षण नव्हतं. मात्र त्यांच्या तोंडातलं पान जसं रंगे तशा आमच्या गप्पाही रंगत असत. कंपनीतल्या लहान-

मोठ्या सर्व माणसांचे गुण-दोष आणि स्वभावाची वैशिष्ट्यं यांच्यावर हळुवारपणे पण नेमकं बोट ठेवण्याची कला त्यांच्या ठिकाणी होती. त्यांच्या ह्या व्यवहार चातुर्यामुळे पुढे ते 'मंगल पिक्चर्स'चे संचालक होऊ शकले.

वामनरावांनी 'मंगल पिक्चर्स' काढली तेव्हा काळ बदलला होता. हिंदी चित्रपटांचं आणि पंजाबी ढंगाच्या संगीताचं मराठी चित्रपटसृष्टीवरील आक्रमण सुरू झालं होतं. दुसऱ्या महायुद्धाचे नाना प्रकारचे धक्केही अर्धी कला व अर्धा व्यवसाय असलेल्या या जगाला बसत होते. पण वामनरावांची व्यवहार-कुशलता मंगल पिक्चर्सच्या पहिल्या-वहिल्या चित्रपटात प्रकर्षानं जाणवली. मंगल पिक्चर्सचा हा पहिला बोलपट म्हणजे 'जय मल्हार'! नव्या ढंगाची व नव्या गडद ग्रामीण रंगाची कथा त्यांनी त्यासाठी निवडली. दिनकर पाटील व ग. दि. माडगूळकर हे त्यावेळचे चित्रपटलेखनातले उगवते तारे. पाटलांच्या कथा संवादांना माडगूळकरांच्या गीतांनी अतिशय सुंदर साज चढविला. ग्रामीण बोलपटांचा एक नवा साचाच 'जय मल्हार'नं तयार केला. मध्यम अथवा उच्च वर्गाच्या आणि पांढरपेशांनाच तीव्रतेनं जाणवणाऱ्या सुखदु:खांच्या चौकटीतून मराठी चित्रं 'जय मल्हार'नं बाहेर काढली. खेड्यापाड्यात पसरलेल्या लाखो लोकांच्या रंजनाचा व त्यांना आपल्या जीवनाचं प्रतिबिंब पाहाण्याचा एक मार्ग तिनं मोकळा करून दिला.

'जय मल्हार'नंतरच्या कथेकरिता वामनराव माझ्याकडे आले होते. पण ग्रामीण पद्धतीची कथा हा माझा प्रांत नव्हता. सुदैवानं त्यावेळी माझे भिलवडीचे मित्र श्री. म. भा. भोसले यांची नवी कादंबरी माझ्याकडे आली होती. मी ती वाचली होती. तिच्यावर चांगला चित्रपट होईल असं वाटल्यामुळे वामनरावांकडे मी तिची शिफारस केली. मंगल पिक्चर्सचं पुढचं चित्र 'जिवाचा सखा' हे निघालं ते याच कादंबरीवर. राजा परांजपे दिग्दर्शक म्हणून प्रेक्षकांच्या नजरेत भरले ते याच चित्रपटामुळे.

पुढे 'मंगल पिक्चर्स' पुण्याला गेली. दिग्दर्शक विनायकांच्या मृत्यूनंतर (१९४७) चित्रपटसृष्टीत माझं मन रमणं कठीण होतं. साहजिकच वामनरावांच्या व माझ्या भेटीगाठी क्वचित होऊ लागल्या. वर्ष उलटत होती. केव्हातरी या ना त्या निमित्तानं आमची भेट होई. जुन्या आठवणी मनात उचंबळून येत. पण पूर्वीसारखा बैठकीचा योग दुर्मिळ झाला होता. निगवं या त्यांच्या शेतीच्या गावी त्यांनी व मी एक-दोन दिवस राहायला जावं आणि मनमुराद गप्पागोष्टी कराव्यात असंही एक-दोन वर्षांपूर्वी ठरलं होतं. पण वामनरावांच्या अनपेक्षित निधनामुळे ते तसंच राहून गेलं.

जीवन हा एक प्रवास आहे. या प्रवासात ज्या डब्यात आपण बसलेले असतो त्यात नवे उतारू येत असतात, जुने मध्येच उतरून जात असतात. काही वेळा अंगाला अंग लावून बसलेला प्रवासीसुद्धा अगदी घुमा बसतो, तर काही वेळा दूरच्या कोपऱ्यात बसलेला दुसरा एखादा प्रवासी कुठल्यातरी आंतरिक ओढीनं

आपल्याजवळ येऊन बसतो, बोलू लागतो. मग नकळत दोघांमध्ये स्नेहबंधन निर्माण होतं. वामनरावांच्या बाबतीत असंच घडलं. 'हंस पिक्चर्स'चा कथाकार म्हणून माझं कोल्हापूरला येणं घडलं नसतं, तर ते व मी परस्परांना अज्ञात राहिलो असतो, पण योगायोगानं मी कोल्हापूरला आलो आणि वामनरावांसारखा हसतमुख, मनमिळाऊ स्नेही मला मिळाला. आयुष्यातील जमेची बाजू ज्या अनेक गोष्टींमुळे वाढते, त्यात मैत्रीला मी फार वरचा क्रमांक देतो. त्यामुळेच वामनराव जरी आपल्यातून निघून गेले असले तरी, त्यांचं स्मरण माझ्यासारख्याला दिलासा देत राहतं - उन्हाळ्यात अचानक येणाऱ्या गार वाऱ्याच्या झुळकेसारखं!

☆ ☆ ☆

९

आधुनिक धन्वंतरी :
रा. ह. भडकमकर

सुमारे तीस-पस्तीस वर्षांपूर्वीची गोष्ट. एक संध्याकाळ! मिरजेतल्या भडकमकरांच्या वाड्यातल्या माडीवर मी ती. स्व. दादांशी (डॉ. रा. ह. भडकमकर) बोलत बसलो होतो. त्यावेळी दादा रोग्यांना तपासण्याकरिता महिन्यातून दोन-तीन दिवस मिरजेला येत असत. त्यांच्या अशा छोट्या मुक्कामात भडकमकरांच्या वाड्यात जणू काही जत्रा भरायची. केवळ आसपासच्या पाच-पन्नास मैलांतली नाना विकारांनी त्रस्त झालेली माणसं दादा येताहेत हे कळताच मिरजेकडे धाव घेत असं नाही; हुबळी- धारवाडकडली व्याधीग्रस्त मंडळीही ही पर्वणी साधण्याकरिता उत्सुक असत. त्या दोन-तीन दिवसांत दादांभोवती या आर्त जीवांचा गराडा पडे. सारेच दुर्धर किंवा दीर्घकालीन व्याधीनं गांजलेले. सर्वांचीच दादांचं रोगनिदान आणि उपचारयोजना यांच्यावर नितांत श्रद्धा. अगदी परमेश्वरावर असावी तशी. उलट दादांच्या दृष्टीने प्रत्येक रुग्ण हा जणू काही एक देव. त्याची पूजा यथासांग झालीच पाहिजे. रोग्यांत लहान-थोर, श्रीमंत-गरीब, ब्राह्मण-हरिजन असला कुठलाही भेदभाव दादांच्या लेखी नव्हता. हसतमुखाने प्रत्येक रोग्याशी बोलायचं; त्याची हकिकत न कंटाळता ऐकून घ्यायची. ती ऐकता-ऐकता अगदी स्वतंत्र बुद्धीनं त्याच्या व्याधीची मनातल्या मनात चिकित्सा करीत राह्यचं. आपुलकीनं त्याला धीर द्यायचा. ही प्रत्येक रुग्ण तपासण्याची त्यांची पद्धत. एकेका मूर्तीच्या पूजेकरिता आपण किती वेळ खर्च करीत आहो याचं भान त्यांना कधीच राहात नसे. थकवा, कंटाळा व चालढकल वगैरे सामान्य माणसाच्या जीवनकोशात प्रत्येक पानावर आढळणारे शब्द दादांच्या कोशातच नव्हते. घड्याळ नावाच्या कालदर्शक यंत्राचा शोध मानवाला लागलाच नाही अशा थाटात तासन्तास त्यांचा हा कार्यक्रम चाले. चार घास दादांच्या पोटात

वेळेवर कसे जातील ही चिंता ती. स्व. जानकीवहिनींना नेहमी वाटे. दादा एकदा जेवणघरातल्या पाटावर येऊन बसले म्हणजे बायका मंडळींचा जीव भांड्यात पडे.

हे सारं पाठ असल्यामुळे दादा मिरजेला येत तेव्हा कोल्हापुराहून अधूनमधून मी त्यांना भेटायला जाई तो दुपारनंतरच्या गाडीने. संध्याकाळी निदान रात्री तरी त्यांची भेट होईल या आशेनं.

त्या दिवशीही मी असाच मिरजेला गेलो होतो. सुदैवानं मी गेलो तेव्हा दादा थोडे मोकळे होते. संध्याकाळची धांदल आणि धावपळ सुरू व्हायची होती. या संधीचा फायदा घेऊन मी त्यांच्याशी बोलत बसलो. टिळक-गांधींच्या राजकारणापासून साखर कारखान्याच्या कारभारापर्यंत आणि कागदाच्या गिरणीपासून तो साहित्य, नाट्य, संगीत इ. कलांपर्यंत सर्वच गोष्टींत त्यांना विलक्षण गोडी होती. रंगभूमीच्या पडत्या काळात गंधर्व नाटकमंडळी उभी राहावी म्हणून त्यांनी जे भगीरथ प्रयत्न केले ते रसलुब्ध प्रवृत्ती व कलावंताविषयीचं प्रेम यांच्यामुळेच! त्यांना अगम्य अथवा अप्रिय असा विषयच नव्हता.

आमच्या गप्पागोष्टी सुरू असतानाच एक मनुष्य खोलीत आला. येताक्षणीच त्यानं दादांचे पाय धरले. त्यांच्या पायावर आपलं डोकं ठेवलं. दादा संकोचून गेले. त्याच्या हातातून आपले पाय सोडवून घेण्याचा त्यांनी प्रयत्न केला पण त्यांच्या 'हे काय? हे काय?' या शब्दांकडे त्या मनुष्याचं लक्षच नव्हतं. मी त्या मनुष्याच्या हाताकडे पाहिलं. त्याची वेडी-वाकडी बोटं दिसताच माझ्या मनात जी शंका आली तीच त्या मनुष्याने मान वर केल्यावर त्याचा चेहरा पाहून दृढ झाली. क्षणार्धात त्याच्या भावपूर्ण वागणुकीचं कोडं मला उलगडलं. दुर्दैवानं महारोगासारख्या अजगराच्या जबड्यात त्याला लोटलं असावं पण सुदैवानं दादांसारखा धन्वंतरी लाभून तो त्या जबड्यातून बाहेर आला होता.

रात्री दादांनी त्या मनुष्याला आपल्या जवळच जेवायला बसविलं. तो निरोप घेऊन गेल्यावर माझ्या काही शंकांचं निरसन करण्याकरिता दादा घटका-दोन घटका जे बोलले त्यात त्यांचं सारं व्यक्तिमत्त्व किती सहजतेनं प्रकट झालं होतं हे वर्णन करून सांगणं मोठं कठीण आहे. महाराष्ट्रात काही विशिष्ट ठिकाणींच महारोगी अधिक प्रमाणात का आढळतात, महारोग हा आपण मानतो तेवढा भयंकर रोग नसून त्याच्यापेक्षा घातक असलेल्या क्षयाकडे अज्ञानामुळे आपलं कसं दुर्लक्ष होतं, महारोगाच्या काल्पनिक भयानं एक देशभक्त आपल्या मित्राचा हात हातात घ्यायला कसे कचरले, त्यांनी अचानक आपला हात मागं घेताच त्या दुर्दैवी मित्राच्या मनावर केवढा आघात झाला, या रोगाशी झगडण्याकरिता निःस्वार्थी संशोधक आणि समाजसेवक आपल्यामध्ये किती मोठ्या प्रमाणात निर्माण होणं आवश्यक आहे, पण अशा व्रतस्थ वृत्तीचा अभावच अलीकडे कसा वाढत चालला आहे - दादांचं

बोलणं ध्वनिमुद्रित करून घेता आलं असतं तर बरं झालं असतं असं आज मनात आल्यावाचून राहात नाही.

असे प्रसंग हा दादांच्या जीवनातला नित्याचाच भाग होऊन बसला होता. पाश्चात्त्य वैद्यक आणि पौर्वात्य वैद्यक यांचा मूलगामी अभ्यास, आपलं वैद्यकीय ज्ञान अद्ययावत राहावं म्हणून उभ्या दिवसात घटकाभर विश्रांती मिळाली नसली तरी रात्री बारा-एकपर्यंत चालणारं त्यांचं वाचन, वैद्यकीय व्यवसाय हा श्रीमंत होण्यासाठी करायचा व्यवसाय नसून मानवाचं दु:खं हलकं करणारा धर्म आहे, या तत्त्वावरली त्यांची निस्सीम श्रद्धा; या श्रद्धेमुळेच वैद्यानं रोग्याकडे पैसे मागायचे नाहीत तर रोगी देईल ते आनंदानं घ्यायचं अशा अर्थाचं त्यांच्या तोंडी घोळणारे स्मृतिवचन आणि प्रतिभा व प्रज्ञा, करुणा व कर्तव्य, देशभक्ती व देवभक्ती, ममता व अलिप्तता या विभिन्न विशेषांचा त्यांच्या ठिकाणी झालेला संगम यांच्यामुळे त्यांच्याकडे धाव घेणाऱ्या व्याधीग्रस्तांनाच नव्हे तर कोणत्याही निमित्ताने त्यांच्या सहवासात येणाऱ्या प्रत्येकाला त्यांचं व्यक्तिमत्त्व अपूर्व, प्रेमळ व सुखद वाटे.

दादांची परमेश्वरावर, भारतीय संस्कृतीला आधारभूत असलेल्या तत्त्वज्ञानावर आणि तिच्या अनुषंगानं वाढलेल्या आचार परंपरेवर निस्सीम श्रद्धा होती. पण या श्रद्धेची मूर्ती विवेकाच्या देव्हाऱ्यात विराजमान झाली होती. त्यांनी नि:सत्त्व धार्मिक रूढींचं कधीही स्तोम माजवलं नाही. सकाळी लवकर उठावं. स्नान आटोपताच कपाळाला बुक्क्याचा टिळा लावून विठ्ठल-रखुमाईच्या मूर्तीपुढे बसावं. ज्ञानदेवीच्या काही ओव्या मननपूर्वक वाचाव्यात आणि रुग्णांचा परामर्श घ्यायला सिद्ध व्हावं हा त्यांचा दैनंदिन कार्यक्रम. पेलाभर कॉफी घेऊन सकाळी सात-आठला ते दवाखान्यात जाऊन बसले म्हणजे दुपारी एक-दोन वाजेपर्यंत जणू काही एका निराळ्याच जगात ते वावरत असत. 'कांदा-मुळा-भाजी अवघी विठाबाई माझी' असं म्हणणाऱ्या सावता माळ्यासारखी आपल्या व्यवसायावर त्यांची निष्ठा होती.

प्रत्येक दिवशी विठ्ठल त्यांना भेटे तो रंजल्या गांजलेल्या रुग्णांच्या रूपानं - डॉ. भडकमकरच आपल्याला या व्याधीतून मुक्त करू शकतील अशा आशेनं त्यांच्याकडे धाव घेणाऱ्या पीडितांच्या स्वरूपात! आपल्या गोड शब्दांनी आणि प्रेमळ धीरानं काही दुर्दैवी जीवांचे अश्रू दादांनी पुसले नाहीत असा दिवसच त्यांच्या आयुष्यात उजाडला नसेल.

दादांची धर्मश्रद्धा किती डोळस होती याचं एक उदाहरण सांगण्याजोगं आहे. १९३५-३६च्या सुमारास झुणका-भाकर सहभोजनाची चळवळ महाराष्ट्रात मूळ धरू लागली होती. अस्पृश्यतेच्या उच्चाटनाला हातभार लावणारा एक अत्यंत स्थूल स्वरूपाचा कार्यक्रम या दृष्टीने त्या काळात या सहभोजनाला महत्त्व होतं. १९३६ साली अशा प्रकारचं एक सहभोजन पुण्यात करायचं अत्र्यांनी ठरविलं.

स्वतःवर उपचार करून घेण्याकरिता मी त्यावेळी पुण्यात होतो. अत्र्यांना कुणीतरी एक नामधारी सहकार्यवाह हवा होता. तसा कोणी मिळेना तेव्हा त्यांनी स्वतःच्या जोडीने मला त्या सहभोजनाचा चिटणीस बनविलं. ते सहभोजन यशस्वी व्हावं म्हणून आम्ही केलेल्या भ्रमंतीची आणि त्यावेळी आम्हाला आलेल्या विविध अनुभवांची कथा ठकीच्या लग्नाकरिता तिंबूनाना आणि कंपनीनं केलेल्या संचाराइतकीच सुरस ठरण्याजोगी आहे. आम्ही ज्यांना सामाजिक सुधारणांचे पुरस्कर्ते मानीत होतो, अशा विद्वान मंडळींनी कोणकोणत्या सबबींवर आम्हाला वाटाण्याच्या अक्षता दिल्या हे आज सांगितलं तर खरंही वाटणार नाही.

मी दादांच्या घरी राहात होतो. घरातल्या शाळा-कॉलेजात शिकणाऱ्या मुलांच्या नावानं पावत्या फाडणं सोपं होतं. पण दादांच्या सावत्र मातोश्री-माई यांचं सोवळं मोठं कडक होतं. घरातलं एकंदर वातावरणही सनातन वाटावं असंच असे. अशा स्थितीत घरातली मुलं सहभोजनाला गेली तर ते कुणाला कितपत रुचेल? मी दादांना या बाबतीत न विचारणंच योग्य होईल का? हे व असले प्रश्न मला भेडसावत होते. शेवटी भीत भीत मी दादांच्या कानी ही सहभोजनाची गोष्ट घातली. 'मी स्वतःच सहभोजनाला येणार आहे' असं त्यांनी उत्तर देताच मी चकित झालो. धर्म कोणता आणि अधर्म कोणता हे ठरविण्याचा एकच निकष दादांच्यापाशी होता तो म्हणजे माणुसकी!

दादा धन्वंतरी होते, एवढंच नव्हे तर ज्यात खोऱ्यांनं पैसा ओढता येतो अशा धंद्यात आयुष्यभर ते धर्मबुद्धीनं वावरत राहिले. व्यवहाराला त्यांनी आदर्शांच्या पातळीवर नेलं आणि तिथेच सदैव आपल्या जरबेत ठेवलं. एवढी एकच गोष्ट त्यांच्या हातून घडली असती, तरी त्यांची स्मृती हजारो लोकांच्या मनात सदैव सुगंधित राहिली असती पण दादांचं व्यक्तिमत्त्व संमिश्र आणि अनेकपदरी होतं. सहस्रमुखांनी समुद्राला मिळणाऱ्या गंगेप्रमाणे मानवी जीवनाची विविध अंगं संपन्न करण्याकरिता हे व्यक्तिमत्त्व उत्सुक असे. जणू काही जीवनाच्या चाकोरीत या असामान्य व्यक्तिमत्त्वाला कोंडल्यासारखं होई.

१८८४ साली म्हणजे काँग्रेसच्या जन्माच्या आधी एक वर्ष दादांचा जन्म झाला. काँग्रेसच्या ध्वजाखाली भारताला स्वातंत्र्य मिळाल्यानंतर दोन वर्षांनी (१९४९ साली) त्यांनी इहलोकाचा निरोप घेतला. भारताच्या पुनरुत्थानाच्या दृष्टीने हा सारा कालखंड मोठा प्रेरक व संजीवक होता. टिळक आणि गांधी यांच्या स्वातंत्र्यविषयक चळवळींनी अंकित झालेल्या या काळात वर्तमानाच्या शिलेतून भविष्याची सुंदर मूर्ती घडविण्याची जिद्द बाळगणाऱ्या आणि स्वतंत्र समृद्ध भारताची सोनेरी स्वप्नं पाहणाऱ्या ज्या व्यक्ती निर्माण झाल्या त्यांच्या पहिल्या पंक्तीत डॉक्टर भडकमकरांचं

स्थान आहे. लोकमान्य दैनिकाची स्थापना असो, नॅशनल मेडिकल कॉलेजची प्राणप्रतिष्ठा करायची असो, फलटणला साखर कारखाना सुरू करण्याचा संकल्प साकार करण्याची जिद् असो, कॅनरा पेपर मिलसारख्या नव्या प्रकल्पाचं आव्हान स्वीकारण्याची गोष्ट असो, आयुर्वेद रसशाळा किंवा ताराचंद हॉस्पिटल यांच्या विकासाचं कार्य असो, सर्वत्र दादा वावरले ते आपल्या शक्तिसर्वस्वाचं जनता जनार्दनाला अर्घ्यदान करीत – या प्रत्येक रोपट्याचा उद्या केवढा मोठा वृक्ष होईल आणि त्या वृक्षाच्या सावलीत किती लोकांना निवारा मिळेल याचं स्वप्न पाहात. मनुष्यमात्राविषयी निस्सीम प्रेम हे दादांच्या जीवनाचं प्रमुख सूत्र. मानवी जीवन नेहमीच नानाविध दुःखांनी भरलेलं असतं. ती दुःखं यथाशक्ती कमी करावीत हे प्रत्येक मनुष्याचं कर्तव्य आहे, नव्हे तो त्याचा धर्म आहे – अशी दादांची धारणा होती. वैयक्तिक व सार्वजनिक जीवनातले अनेक कटू अनुभवही त्यांची ही श्रद्धा विचलित करू शकले नाहीत. वैयक्तिक जीवनात त्यांनी जसा अनासक्तियोग जन्मभर आचरिला तसा सामाजिक जीवनातही तो अनुसरला.

'मनुष्य हा विचार करणारा प्राणी आहे'; 'मनुष्य हा कळप करून राहाणारा प्राणी आहे' अशा मानवाच्या अनेक व्याख्या प्रचलित आहेत. पण मनुष्य आणि इतर प्राणी यांच्यातला सर्वांत मोठा भेद सांगायचा झाला तर, तो मानव प्राणी एकाच वेळी दोन भिन्न विश्वात वावरत असतो हा होय. त्यातलं पहिलं असतं त्याचं बाह्य विश्व. या विश्वात तो आपलं भौतिक जीवन जगतो. दुसरं विश्व असतं मानवाचं अंतर्विश्व. या विश्वात त्याच्या आत्मिक जीवनाची जडण-घडण होत असते. बाह्य विश्वात माणूस जीवनाच्या एकसंधपणाचा भास निर्माण करू शकत असला तरी अंतर्विश्वात तो तसा राहू शकत नाही. तिथं एका 'मी'ऐवजी दोन मींची सत्ता सदैव चालते. या दोन 'मी'मध्ये सत् आणि असत् यांच्यातला संघर्ष सुप्त अथवा प्रकट स्वरूपात सतत सुरू असतो. या आंतरिक विश्वातच वासनेचं भावनेत, ममत्वाचं अलिप्ततेत, स्वार्थाचं परार्थात, भोग प्रवृत्तीचं त्यागवृत्तीत रूपांतर होण्याची शक्यता असते. हे अंतर्विश्व जितके विविध आणि संपन्न तितकी मानवाची महामानवाच्या दिशेनं होणारी वाटचाल अधिक महत्त्वाची.

दादांचं अंतर्विश्व अतिशय संपन्न होतं. तिथं अंतर्मुखता, चिंतनशीलता, भावगर्भता आणि विवेकप्रवणता यांना फार महत्त्वाचं स्थान होतं. पारा जसा बोटांच्या चिमटीत पकडता येत नाही तसं, असलं व्यामिश्र व्यक्तिमत्त्व केवळ शब्दांच्या साहाय्यानं प्रचीत करून देता येत नाही. जवळच्या नात्यामुळे दादांच्या भवती अधूनमधून मी वावरू शकलो. त्यांच्या असामान्य व्यक्तिमत्त्वाचं मला जे दर्शन घडलं ते तीन आठवणींच्याद्वारे शब्दबद्ध करण्याचा दुबळा प्रयत्न मी करीत आहे.

दिग्दर्शक विनायक १९ ऑगस्ट १९४७ रोजी दिवंगत झाले. १५ ऑगस्ट या शुभदिवशी त्यांनी मोठ्या आनंदानं आणि उत्साहानं स्वतंत्र भारताचा ध्वज आपल्या राहत्या बंगल्यावर लावला होता. त्यांच्या मृत्यूपूर्वी सुमारे तीन आठवडे दादांनी त्यांना तपासलं होतं. 'भिण्यासारखं काही नाही. कदाचित एक लहानसं ऑपरेशन करावं लागेल. हातातलं चित्र तुम्ही संपवा. त्यानंतर चार-सहा महिने पूर्ण विश्रांती घ्यायला हवी, हे लक्षात घेऊन पुढल्या चित्राची व्यवस्था करा.' अशा अर्थाचा सल्ला दादांनी त्यांना दिला होता. त्यामुळे १५ ऑगस्ट नंतर अवघ्या चार दिवसांत विनायकांचा मृत्यू घडून यावा या दुर्घटनेचं कोडं मला उलगडत नव्हतं. 'डॉक्टर म्हणजे काही परमेश्वर नव्हे' हे शब्द दादांच्या तोंडून एकदा मी ऐकले होते, परंतु ते माझं समाधान करू शकत नव्हते.

विनायकांच्या मृत्यूनंतर काही दिवसांनी दादांना मी भेटलो तेव्हा साहजिकच हा दुःखद विषय निघाला. मी त्यांना विचारलं, 'तुम्ही त्यांना तपासलं होतं त्यावेळी तुमचं निदान काय झालं होतं?' दादांनी उत्तर दिलं, 'त्यांना अधूनमधून येणारा हा ताप बहुधा आतड्याच्या क्षयामुळे येत असावा. त्यांचं अर्धमुर्ध तयार झालेलं चित्र पूर्ण झाल्यावर 'क्ष' किरणांनी त्यांची तपासणी करून घेऊन मी पुढील उपचार त्यांना सांगणार होतो. हा विकार त्यांना लहानपणीच केव्हा तरी झाला असावा.असे अनेक विकार सुप्त स्वरूपात आपल्या शरीरात घर करून राहातात. शरीराची प्रतिकारशक्ती कमी झाली झाली की, ते डोकं वर काढतात.' वादकांनं सतारीच्या तारांवरून नाजूकपणानं अंगुली फिरवावी आणि नुसत्या बोटांनी इष्ट सूर काढावेत त्याप्रमाणं दादा रोग्यांच्या पोटाची तपासणी करीत असत हे अनेकदा मी पाहिलं होतं. या तपासणीतून दादांनी काढलेला निष्कर्ष पुढे 'क्ष' किरणांनाही मान्य करावा लागे याचाही अनुभव मी घेतला होता. त्यामुळे दादांचं हे बोलणं ऐकताच मी चमकलो. विनायकांना तपासणाऱ्या अनेक डॉक्टरांपैकी कुणीही हे निदान केलं नव्हतं. हे निदान बाह्यतः खरं वाटण्याजोगं नव्हतं. कारण १९३६पासून पुढं ११ वर्षं मी पाहिलेले विनायक स्थूल व गुबगुबीत होते. क्षयाची भावना ज्याला होते तो रोगट, हाडकुळा, अगदी अस्थिपंजर दिसला पाहिजे ही सर्वसामान्य माणसाप्रमाणं माझी समजूत.

पुढे लवकरच विद्यापीठ हायस्कूलच्या मॅनेजिंग कमिटीची एक सभा होती. बॅ. केळवकर व मी या कमिटीचे सभासद होतो. त्या सभेच्या दिवशी इतरांच्या आधी आम्ही दोघं सभास्थानी दाखल झालो. गप्पागोष्टी सुरू झाल्या. चटकन मला दादांचं निदान आठवलं. बॅ. केळवकरांचे धाकटे बंधू यशवंतराव केळवकर विद्यापीठ हायस्कूलमध्ये एक नामांकित व विद्यार्थीप्रिय शिक्षक होते. ते अगदी अकाली निधन पावले. यशवंतराव केळवकरांचे विनायक हे फार आवडते शिष्य. विनायकांच्या

तोंडून त्यांच्या अनेक आठवणी मी ऐकल्या होत्या. या गुरुशिष्यांच्या प्रेमळ संबंधामुळे विद्यार्थिदशेतल्या विनायकांना बॅ. केळवकर ओळखीत असावे असं वाटून डॉ. भडकमकरांनी केलेलं विनायकांच्या रोगाचं निदान मी त्यांना सांगितलं. तेव्हा ते आश्चर्यानं उद्‌गारले - 'भडकमकरांनी नुसत्या स्पर्शानं हे कसं ओळखलं याचं मला आश्चर्य वाटतं. विनायकाला लहानपणी क्षयाची भावना झाली असावी. आमचा यशवंता त्याच्या प्रकृतीविषयी नेहमी काळजी करायचा, हे मला पक्कं आठवतं.'

बॅ. केळवकरांच्या या उद्‌गारांमुळे दादांचं बोलणं ऐकून मला वाटलेलं आश्चर्य द्विगुणित झालं. दादांचं निदान पुष्कळदा नामांकित डॉक्टरांपेक्षा अगदी भिन्न असे. ते हे कसं करीत हे सांगणं मोठं कठीण आहे. पण बड्या-बड्या डॉक्टरांची निदानं चुकली आणि दादांचं रोगनिदान बरोबर ठरून त्यांच्या उपचारामुळे रुग्ण व्याधिमुक्त झाले असा अनुभव शेकडो लोकांना येत असे. हा अनुभव नमूद करणारे अनेक प्रसंग दादांच्या एकसष्टीच्या निमित्ताने प्रकाशित झालेल्या 'डॉ. भडकमकर गौरव ग्रंथ' या पुस्तकात विखुरले आहेत.

रुग्णाला किंवा रुग्णाच्या आप्तेष्टांना हा मोठा चमत्कार वाटे पण दादा ते निदान आपण कसं केलं हे सांगू लागले म्हणजे ही गोष्ट किती सरळ, सोपी होती असं वाटू लागे – अगदी भूमितीच्या सिद्धान्तासारखी तर्कशुद्ध – वैद्यकशास्त्रात बहुतेक डॉक्टर पढिक पंडित असतात पण दादा नुसते पढिक पंडित नव्हते तर ते प्रतिभावान धन्वंतरी होते. कलाक्षेत्रात बुद्धी व प्रतिभा यांत जे अंतर दिसून येतं तेच वैद्यकव्यवसायात अनेक डॉक्टर व दादा यांच्या बाबतीत प्रचीत होई.

दादांच्या ईश्वरश्रद्धेत परंपरागत संस्कारांचा जसा भाग होता, तसा डॉक्टरी व्यवसायामुळे माणसाच्या बुद्धीच्या सामर्थ्याइतकीच तिच्या मर्यादांचीही त्यांना पूर्ण कल्पना होती. १९३९ च्या सप्टेंबरमधली गोष्ट. माधवराव पटवर्धनांना तपासण्यासाठी मी मिरजेला घेऊन गेलो. कोल्हापुरात त्यांनी दोन-चार महिने उपचार करून घेतले होते पण गुण येण्याऐवजी त्यांची प्रकृती खालावत चालली होती. दिवसेंदिवस ते थकत चालले होते. तेव्हा डॉ. भडकमकरांच्याकडून त्यांची प्रकृती एकदा तपासून घ्यावी असं मनात येऊन मी आग्रहपूर्वक त्यांना मिरजेला नेलं. बरोबर स्त्रूची तक्रार असणारी माझी पत्नीही होती. आम्ही मिरजेला पोचल्यानंतर थोड्याच वेळात दादांनी माझ्या पत्नीला व माधवरावांना माडीवरल्या खोलीत नेऊन तपासलं. तपासणीनंतर त्यांची मुद्रा प्रसन्न राही व ते हसतखेळत आत्मविश्वासानं रोग्याला धीर देत हे मी पाहिलं होतं पण त्या दिवशी या तपासणीनंतर त्यांच्या चेहऱ्यावर स्मित झळकलं नाही. मी मनात चरकलो. माझ्या पत्नीचा आजार गुंतागुंतीचा असावा असं मला

वाटलं. काही क्षण स्तब्ध राहून दादा माडीवरल्या खोलीतून उठले 'जरा खाली या माझ्याबरोबर' असं मला म्हणाले. त्यांच्या खालच्या रोगी तपासण्याच्या खोलीत आम्ही जाऊन बसलो. मग ते गंभीरपणानं म्हणाले, 'माधवराव फार तर चार महिन्यांचे सोबती आहेत. It is an malignant disease (कॅन्सर हा शब्द उच्चारणं दादांना कठीण वाटलं असावं) दादा पुढे म्हणाले, 'या व्याधीचा प्रादुर्भाव होताच माधवराव माझ्याकडे आले असते तर त्यांचं आयुष्य वाढण्याची शक्यता होती पण आता -'

दादा बोलायचे थांबले. साहित्यिक व कलावंत यांच्याविषयी त्यांना वाटणाऱ्या ममत्वाला मर्यादा नव्हती.

त्यांनी वर पाहिलं. 'तुम्ही मला धन्वंतरी समजत असाल पण मानवी जीवनावर अनियंत्रित सत्ता चालविणारी एक परमशक्ती या विश्वात आहे ना.' ही जाणीव त्यांनी मूकपणानं व्यक्त केली.

तिसरी आठवण आहे ती १९४८ मधली. गांधी वधानंतर महाराष्ट्रात झालेल्या आंधळ्या जाळपोळीत भडकमकरांचा प्रशस्त वाडा आततायी लोकांच्या रोषाला बळी पडला. त्याचा बराचसा भाग बेचिराख झाला. त्यावेळी दादा अर्धांगानं आजारी होते. पुढे लवकरच माझ्या आग्रहावरून हवापालट करण्यासाठी ते कोल्हापूरला आले. त्यांचा मुक्काम सुमारे १५ दिवस होता. परत जाताना मिरजेवरून जावं, उद्ध्वस्त झालेला वाडा एकदा डोळ्यांनी पाहावा असं त्यांच्या मनानं घेतलं. माणसाचं शरीर विकल झालं की, त्याचं म्नही हळवं होत जातं. तेव्हा दादांनी प्रकृतीच्या अशा स्थितीत या अर्धदग्ध वाड्याचं दर्शन घेऊ नये असं आम्हा भोवतालच्या मंडळींना वाटत होतं. ते दृश्य पाहिलं की, त्यांच्या मनाला धक्का बसेल, त्यांचा आजार वाढेल अशी धागधुग या भीतीच्या मुळाशी होती पण त्यांनी कुणाचंही ऐकलं नाही. मिरजेला गेल्यावर वाड्याच्या दर्शनी भागापाशी उभं राहून शांतपणानं त्यांनी त्या वाड्याची झालेली दुर्दशा पाहिली. त्यांच्या बालपणीच्या कितीतरी सुखद आठवणी त्या वाड्याशी संलग्न झाल्या असतील. त्या आठवणी वाड्याचं भग्नरूप पाहून तीव्रतेनं जागृत होतील आणि मानसिक अस्वास्थ्यानं दादांच्या मनात मोठं वादळ उठेल. आजपर्यंत निरपेक्षपणे केलेल्या लोकसेवेचं फळ हेच काय? हा प्रश्न त्यांना बेचैन करील अशी माझी कल्पना होती पण दादा हुं की चूं न करता एकसारखे त्या वाड्याकडे टक लावून पाहात होते. जणू काही गंभीर व्याधीनं ग्रस्त झालेल्या एखाद्या रुग्णाची ते एकाग्र चित्तानं तपासणी करीत होते. तिथून परतल्यानंतर या घटनेविषयी त्यांनी चकारशब्द काढला नाही. आकाशीच्या कुऱ्हाडीचे घाव सोसण्याचं आणि मन प्रक्षुब्ध करणाऱ्या प्रसंगांतही अंत:शांती

कायम ठेवण्याचं सामर्थ्य त्यांनी कुठे आणि कसं मिळवलं होतं हे सांगणं मोठं कठीण आहे.

मोठ्या व्यक्तींच्या आठवणी या घराच्या छपरातून आत पडणाऱ्या कवडशासारख्या असतात. प्रकाशाच्या त्या लहानशा तुकड्यावरून सूर्याच्या तेजस्वीपणाची कल्पना करणं जसं चुकीचं, तसंच केवळ चार-दोन आठवणींनी एखाद्या अलौकिक व्यक्तिमत्त्वाची परिपूर्ण कल्पना करून देणं अवघड. डॉ. भडकमकरांच्या बाबतितही असंच आहे. त्यांना देवाघरचं देणं विपुल प्रमाणात लाभलं होतं हे खरं; पण त्यांचं अंतरंगही आपल्याला लाभलेल्या सर्व दैवी देणग्यांचा जास्तीत जास्त विकास करण्यासाठी आसुसलेलं होतं. नाही तर विसाव्या शतकाच्या पहिल्या दशकात उत्तम रीतीने एम.ए. उत्तीर्ण झाल्यावर प्राध्यापक वडिलांच्या पावलावर पाऊल ठेवून त्यांनी तो पेशा स्वीकारला असता. बुद्धिमान संसारी मनुष्य एवढ्यावर संतुष्ट झाला असता पण दादा केवळ संसारी सद्गृहस्थ नव्हते. ते संसारी संत होते. त्यांचं अध्यात्म दैनंदिन ऐहिक जीवनात कुणाच्याही प्रत्ययाला येण्याजोगं सरळ व सोपं होतं. त्यामुळे दादांनी एम.ए. झाल्यावर अंतरीच्या अनावर ओढीनं वैद्यकशास्त्रात पारंगत होण्याचं ठरवलं. या सत्य संकल्पाचा उगम त्यांची असीम करुणा आणि आर्तत्राणाची जबरदस्त इच्छा या दोन भावनांत होता. 'बुडति हे जन । पाहवेना डोळा' या तुकोबांच्या अभंगाच्या मुळाशी पारमार्थिक दृष्टी होती. दादांनी त्या पारमार्थिकाला ऐहिकात आणून बसवलं.

सामान्य मनुष्याची सुखाची कल्पनाही त्याच्याप्रमाणेच सामान्य असते. 'विश्वाचा विस्तार केवढा! ज्याच्या त्याच्या डोक्याएवढा' असं केशवसुतांचं एक वचन आहे. पण असामान्य व्यक्ती जन्मतःच सतीचं वाण घेऊन आलेल्या असतात. तसं नसतं तर लुई पाश्चरसारखा श्रेष्ठ शास्त्रज्ञ प्रयोगशाळेतल्या संशोधनात गढून जाऊन आपल्या लग्नाचा मुहूर्त विसरला नसता.

व्यक्ती, कुटुंब, समाज, राष्ट्र, जग आणि ईश्वर या सर्वांना मानवी जीवनात सारखंच महत्त्वाचं स्थान आहे. मानवाला देवत्वाकडं नेणाऱ्या या चढत्या पायऱ्या आहेत. पण सामान्य माणसं व्यक्ती व कुटुंब यांच्या भौतिक सुखसोयींपलीकडे सहसा पाहू शकत नाहीत. अशी माणसं ईश्वरावर श्रद्धा ठेवतात असं त्यांच्या बाह्य जीवनावरून वाटतं. पण केवळ जुने संस्कार आणि आंधळ्या रूढी यांच्यापासून मुक्त होण्याचं सामर्थ्य नसल्यामुळेच ती माणसे भाविक वाटतात. जीवनातल्या प्रत्येक कसोटीच्या क्षणी त्यांची ही श्रद्धा किती वरवरची आहे हे सहज दिसून येतं.

दादांनी व्यक्तिविकासाला पोषक असाच व्यवसाय स्वीकारला. 'धन्य तो गृहस्थाश्रम' हे उद्गार लोकांच्या तोंडी यावेत असा संसार केला. आपल्या

बुद्धिसामर्थ्याच्या बळावर हजारो लोकांना जीवदान दिलं. अंतरीच्या करुणेनं रुग्ण व्यक्तींप्रमाणे दरिद्री माणसांना त्यांनी किती साहाय्य केलं असेल हे त्यांचं त्यांनाही सांगता आलं नसतं. राष्ट्राच्या अभ्युदयासाठी केवळ राजकारण करून चालत नाही. त्याचं अर्थकारणही सुदृढ पायावर उभं करावं लागतं, ही जाणीव त्यांचा विशाल दृष्टिकोन दर्शविणारी आहे. साहित्य-संगीतासारख्या कलांच्या आस्वादानं क्षणार्धात प्रफुल्लित होणारं मन निग्रहानं त्यांनी साखर कारखाना आणि कागद गिरणी अशा व्यवसायांत कसं घातलं असेल याची कल्पना केली म्हणजे त्यांच्या बुद्धिसामर्थ्याइतकाच त्यांच्या मनोनिग्रहाचाही साक्षात्कार होतो. सत्ता, संपत्ती इ. ऐहिक प्रलोभनं त्यांनी नेहमीच आपल्यापासून चार हात दूर ठेवली. मात्र माणसानं मीठ-भाकरीवर संतुष्ट राहावं, 'लई नाई, लई नाई मागणे' असे दुबळे उद्गार त्यानं काढत राहावं हे दादांना मंजूर नव्हतं. ज्ञानदेवी ही त्यांची मार्गदर्शक मैत्रीण असूनही भारतीय जीवनात ऐहिकाला पारमार्थिकानं दिलेला 'खो' त्यांनी कधीही पुरस्कारला नाही. मनुष्य या नावाने ओळखल्या जाणाऱ्या प्राण्याच्या सामर्थ्याइतकीच त्याच्या मर्यादांचीही त्यांना परिपूर्ण जाणीव होती.

या संपन्न व्यक्तिमत्त्वाची आठवण झाली की, दादांच्या आवडत्या ज्ञानदेवांच्या 'मोगरा फुलला' या गीताची आठवण होते. त्यांच्या समर्पित जीवनाचं सार 'फुले वेचिता बहरू । कळियासी आला' या ओळीतच सामावलं आहे.

★ ★ ★

१०

आदर्श गुरू :
प्रा. रा. ना. जोशी

फर्ग्युसन व विल्लिंग्डन कॉलेजातील पदार्थविज्ञानाचे प्रख्यात प्राध्यापक आर. एन. जोशी साठ वर्षांचे झाल्यामुळे लवकरच निवृत्त होणार आहेत, ही बातमी चांगल्या जबाबदार वृत्तपत्रात वाचली; पण कितीतरी वेळ ती खरी वाटेना मला! माझा बालमित्र रामभाऊ जोशी सेवानिवृत्त होत आहे! नि तो का? तर साठ वर्षे पुरी झाल्यामुळे? छे, हे अशक्य आहे; अगदी अशक्य आहे! आपला बालमित्र कधी साठ वर्षांचा होत असतो का?

रामभाऊची ही सेवानिवृत्ती मला खरी वाटली नाही याला तशीच जबरदस्त कारणं आहेत. अनेकदा विश्रांतीसाठी मी आरामखुर्चीत डोळे मिटून पडतो; अशा वेळी माझं मन नकळत बाळपणीच्या आठवणींत गुंग होतं. मग माझ्या मिटलेल्या डोळ्यांपुढून हळूहळू एक चित्रमालिका सरकू लागते :

हा छोटा रामभाऊ जोशी, हा छोटा भाऊ खांडेकर, दुध्या पेन्सिलीच्या तुकड्यांचे लहान-मोठे दर लावून हे दोघे बालप्रेक्षकांना पौराणिक नाटक दाखवीत आहेत... मे महिन्यातली भयंकर दुपार. रस्त्यावर जणू रसरसलेले निखारे पसरले आहेत; माझ्या पायात वहाणा नाहीत, पण मी अनवाणीच रामभाऊच्या घरी बुद्धिबळ खेळायला चाललो आहे... शाळेला सूर्यग्रहणाची सुट्टी आहे; सकाळी दहा वाजता मी सहज रामभाऊकडे गेलो आहे, स्वारी अंगात लोकरी बंडी घालून (त्यावेळी स्वेटर हा शब्दच ठाऊक नव्हता आम्हाला!) ग्रहण पाहण्यासाठी डाव्या हातात काळी काच घेऊन बसली आहे; मात्र उजव्या हातात 'तोतयाचे बंड' नाटक असून त्याच्या तिसऱ्या अंकाचं वाचन सुरू आहे... आम्ही इंग्रजी सहावीत (सध्याच्या दहावीत) आहो; संस्कृत शिक्षक गुरुवर्य देवधरशास्त्री मॅट्रिकच्या पूर्वपरीक्षेतल्या

संस्कृतसारख्या पेपरांना बसण्याचं आव्हान आम्हाला देत आहेत; मी किंवा बुवा गोसावी (हे त्या वेळी बुवासाहेब नव्हते; नुसते बुवाच होते) यांच्यासारख्या विद्यार्थ्यांना ते आव्हान स्वीकारणं सुलभ असलं तरी शास्त्रीय विषयांत फक्त रामभाऊच त्याचा स्वीकार करीत आहे... सांगली ते मिरज नुकतीच आगगाडी सुरू झाली आहे; गाव स्टेशनापलीकडे फारसं वाढलं नसल्यामुळे त्या बाजूला फिरायला जाण्यात मुलांना मोठी मौज वाटत आहे; अशाच एका वेळी रामभाऊचं आणि माझं भांडण झालं आहे; आम्हा दोघांनी एकमेकांशी अबोला धरला आहे; पण पुढे काही दिवसांनी दोघांनाही न राहवल्यामुळे आमची पुन्हा पूर्ववत गट्टी झाली आहे... अशा अनेक गोष्टी काल घडल्यासारख्या वाटत असताना रामभाऊ आज साठ वर्षांचा झाला या गोष्टीवर माझा विश्वास कसा बसावा?

सांगलीच्या सुप्रसिद्ध गणपतीच्या देवळातील घंटांचे टोले ऐकत आणि वारंवार देवळाभोवताली प्रदक्षिणा करणारे तिथल्या निरनिराळ्या देवतांचे छबिने पाहात आम्ही दोघं लहानाचे मोठे झालो. गणपतीच्या देवळाकडे पाठ फिरवून उभं राहिलं की, उजव्या हाताला रामभाऊचं घर, डाव्या हाताला माईणकरांचं घर (माझे आजोळ) आणि सरळ रस्त्याने दहा-वीस पावलं चालले की, आम्ही राहत होतो ते घर! अशा भौगोलिक परिस्थितीत आम्ही दोघं मित्र झालो नसतो तरच नवल!

मात्र आमची ही मैत्री इतक्या लहानपणी सुरू झाली की, तिचा प्रारंभ केव्हा झाला ते मला काही केल्या आठवत नाही. माझ्या बाळपणीच्या पहिल्यावहिल्या आठवणींत जसा रामभाऊच्या घराजवळचा एकदंत्या (हा मोठा देखणा आणि शहाणा हत्ती होता) आहे, तसाच पिटुकला रामभाऊही आहे. त्याच्या अंगणातल्या झाडांची लाल फुलं नि खुळखुळणाऱ्या शेंगासुद्धा आहेत. आमच्या ह्या बाळमैत्रीला खतपाणी मिळालं ते नाटकांच्या नादाचं. ज्याला नाटकाचा नाद नाही तो संन्यासी तरी असला पाहिजे किंवा पशु तरी असला पाहिजे, अशी त्या वेळच्या सांगलीची स्थिती होती. त्या वेळी गणपती पेठेत आमच्या घरासमोर मोठमोठ्या पातेल्यांत तूप कढविले जाई; पण ते तूप ढवळणारा गावंढळ गडीही मोठमोठ्यानं गात असे– 'मधुर किती कुसुमगंध सुटला।', 'ये, अशी बैस मजसरशि ।', 'उगीच का कांता गांजिता दासी दीना ।'

रामभाऊ मूळचा केळकर घराण्यातला. त्याची आई लहानपणीच देवाघरी गेली. त्याचे जनक वडील हरिभाऊ केळकर व दत्तक वडील नारायणराव जोशी यांचा मोठा घरोबा होता. नारायणरावांनी रामभाऊला दत्तक घेतलं; पण दत्तक घरीही मातापित्यांचं सुख त्याला फार दिवस लाभलं नाही. विद्यार्थीदशेत काही वर्ष आम्ही दुरावलो होतो ते याचमुळे! हरिभाऊ केळकर कवठे महांकाळला (सांगली संस्थानातलं एक तालुक्याचं ठिकाण) प्रथम अव्वल कारकून आणि नंतर मामलेदार होते.

प्रा. रा. ना. जोशी । ८१

त्यामुळे रामभाऊच्या पहिल्या तीन इंग्रजी इयत्ता तिकडेच झाल्या. पुढच्या शिक्षणाची कवठ्याला सोय नसल्यामुळे चौथीला तो सांगलीला आला. त्यामुळे त्याचं आणि माझं बाळपणीचं स्नेहबंधन दृढ होत गेलं. त्याची प्रकृती मूळचीच अशक्त; त्यामुळे पोहण्याच्या किंवा तशाच प्रकारच्या माझ्या इतर भानगडींत तो कधीच भागीदार झाला नाही. आभाळ काळ्याभोर ढगांनी भरून गेलं आहे, थंडगार वारं सुटलं आहे, कृष्णेला तांबडंलाल पाणी आलं आहे, गणपतीच्या घाटावरली तुळशी वृंदावनं बुडून गेली आहेत, अशा वेळी मी नदीवर आणि रामभाऊ घरात (तोही नखशिखांत उबदार कपडे घालून) अशी आमची ताटातूट होई. पण त्याला त्याचा काही इलाज नव्हता! प्रेमळ, शहाण्या आईलाही जमणार नाही अशा रीतीने हरिभाऊंनी त्याच्या प्रकृतीची सर्व प्रकारची काळजी घेतली. तो कॉलेजात आला तेव्हासुद्धा खाण्यापिण्यापासून कपड्यालत्त्यापर्यंत त्याच्या प्रकृतीला काही बाधणार नाही, अशी दक्षता ते घेत राहिले. त्यामुळेच रामभाऊचं सर्व शिक्षण कुठलाही अडथळा न येता पार पडलं.

पुढे निरनिराळ्या क्षेत्रांत लोकांना परिचित झालेली अनेक मंडळी–कै. रघुनाथराव बखले, बुवासाहेब गोसावी, डॉ. लागू, नाटककार बन्याबापू कमतनूरकर (हे कधी पुण्याला तर कधी सांगलीला असत), सांगलीच्या सिटी हायस्कूलच्या संस्थापकांतले सखदेव, बंडोपंत बखले, जंबूअण्णा आरवाडे–सांगलीला इंग्रजी शाळेत आमच्या वर्गात होती. जहाल आणि मवाळ यांच्या तुमुल युद्धाचा, केसरी-ज्ञानप्रकाश यांच्या अखंड चकमकीचा, कोल्हटकरांच्या खमंग 'पोह्यां'चा, आत्त्याला आव्हान करणाऱ्या खाडिलकरांच्या तेजस्वी नाटकांचा, गडकरी व बालकवि यांच्यासारख्या तेजस्वी ताऱ्यांच्या उदयाचा आणि हरिभाऊ आपट्यांची करमणुकीत येणारी 'कालकूट' कादंबरी अपूर्ण राहिलेली पाहून विलक्षण चुटपूट लागणाऱ्या कुमार मनांचा तो काळ होता.

या सर्व गोष्टींत रामभाऊचं मन रमत असे. राजकारण आणि नाटकं यांत तर तो चविष्टपणानं रस घेई. मात्र तालमीपासून क्रिकेटपर्यंत कुठल्याही व्यायामाच्या अथवा खेळाच्या ठिकाणी तो दिसत नसे. माझ्यासारखा त्याचा दोस्त क्रिकेटच्या सामन्यात आठवा-नववा खेळायला जाऊन आणि तास-दीड तास टिकून तब्बल दोन धावा काढीत होता! पण आपल्या मित्राचा हा अद्भुत पराक्रम पाहायला रामभाऊ क्रीडांगणावर कधीच आला नाही. आमचे तालीम मास्तर गाडगीळ मोठे कडक होते. कवायतीच्या वेळी कुणाचं एवढंसं काही चुकलं की, त्याला युनिव्हर्सिटीतून तंगडी धरून बाहेर ओढून काढण्याचा दम भरीत असत ते! पण त्यांनासुद्धा रामभाऊपुढे नांगी टाकणं प्राप्त झालं. मुकाट्याने त्याला तालमीच्या तासाची सूट द्यावी लागली.

रामभाऊची वामनमूर्ती आणि अशक्त प्रकृती पाहिली म्हणजे आमच्यापैकी

अनेकांना वाटे–याला बुद्धीचे आणि अंत:करणाचे गुण देतादेता ब्रह्मदेव कंटाळला असावा आणि यामुळेच स्वारीला शरीरसंपत्ती देताना त्या चतुराननाने आपला हात आखडता घेतला असावा! पण प्रकृतीची अनुकूलता नसतानाही शाळा-कॉलेजातला अभ्यासक्रम रामभाऊनं मोठ्या यशस्वी रीतीनं पार पाडला. शाळेत आमच्या वर्गात पहिल्या-दुसऱ्या नंबरसाठी नित्य स्पर्धा चाले, पण ती मुख्यत: बुवा व मी यांच्यामध्ये. रामभाऊ या स्पर्धेत फारसा कधीच पडला नाही किंबहुना कुठल्याही चढाओढीत भाग घेणं हे त्याच्या शांत आणि शीतल स्वभावातच नाही. घोड्यांच्या शर्यतीतही सुसंस्कृतपणाला न शोभणारं काहीतरी आहे असं त्याला अंत:प्रेरणेनंच पटलं आहे की काय कुणास ठाऊक! मत्र गणित व शास्त्रीय विषय यांतील रामभाऊची अनिरुद्ध गती–सुई जशी झरझर टाके घालीत पुढे जाते तशी या विषयांत चालणारी त्याची बुद्धी, शाळेत असतानासुद्धा सर्वांना परिचित होती.

विद्यार्थी या नात्याने तो अधिक चमकला कॉलेजात. बी.एससीला तर रामभाऊ लीलेनं पहिल्या वर्गात आला. हे यश संपादन करण्यासाठी त्यानं एक दिवससुद्धा मध्यरात्री तेल जाळलं असेल (जागरण करणं या अर्थी त्यावेळी हा वाक्प्रचार प्रचलित होता) असं वाटत नाही. त्याची बुद्धी मोठी कुशाग्र आहे. नदीच्या स्वच्छ पाण्यात चंद्रकोरीचं प्रतिबिंब स्पष्टपणे पडावं तसा कुठलाही विषय–मग ते शॉचं नाटक असो नाहीतर अणुशक्तीचं विवेचन असो–त्याची तरल बुद्धी चटकन आत्मसात करते. हाती घेतलेल्या बौद्धिक गोष्टीत रंगून जाणं, चटकन एकाग्र होऊन कठीण विषयात शिरणं, मधमाशी जसा फुलातला मध सहजतेनं टिपून घेते त्याप्रमाणे त्या विषयाचा आत्मा हसतखेळत आत्मसात करणं हे त्याला स्वभावत:च जमतं. त्याकरिता त्याला काही विशेष प्रयास करावे लागत नाहीत.

बी.एससी झाल्यावर रामभाऊ आम्हा मित्रमंडळींच्या दृष्टीनं एकवचनातून बहुवचनात आला. तो फर्ग्युसन कॉलेजात प्रोफेसर झाल्यामुळे त्याला अरे-तुरे म्हणणं परिचितांना कठीण जाऊ लागलं. (मात्र मी अजून त्याच्याशी अथवा त्याच्याविषयी बोलताना शक्यतो एकवचनाचाच उपयोग करतो. त्याच्या बाबतीत बहुवचन वापरणं म्हणजे देवघरात बूट घालून जाण्यासारखं वाटतं मला!)

कॉलेजात शिकवू लागल्यावर पुढल्या परीक्षेच्या दृष्टीनं रामभाऊंनी काही दिवस अभ्यास केला असेल; पण प्रकृतीची साथ न मिळाल्यामुळे तो विचार तसाच राहिला. निष्ठावंत उपासकांची दृष्टी कधीच परीक्षार्थी असत नाही. पदव्या कागदी फुलांसारख्या असू शकतात हे त्यांना स्वभावत:च कळतं. ज्ञानार्थी मनुष्याला समुद्राच्या तळाशी असलेले मोत्याचे शिंपले वेचून आणायचे असतात. नुसतं पर्वकाळी समुद्रस्नान केल्याचं पुण्य मिळवायचं नसतं! साहजिकच पुढे केव्हाही रामभाऊंनी दुसरी कुठलीही परीक्षा दिली नाही हेच बरं झालं. नाहीतर त्या परीक्षेत

परीक्षकांचीच परीक्षा झाली असती!

रामभाऊंनी प्राध्यापकाचा व्यवसाय स्वीकारला ही केवळ त्यांच्याच नव्हे, तर महाराष्ट्रातल्या हजारो विज्ञानाच्या विद्यार्थ्यांच्या दृष्टीनं मोठी सुदैवाची गोष्ट झाली. त्यांचा पिंडच मुळी शिक्षकाचा आहे. भरपूर ज्ञानभांडार संपादन करावं आणि ते मुक्त हस्तानं देत सुटावं यातच ज्यांना कृतार्थता वाटते अशा विरळ अध्यापकांपैकी रामभाऊ एक आहेत. क्वचित घरात हव्यकव्याच्या वेळी केलेल्या आचमनाशिवाय त्यांचा संध्येशी किंवा जुन्या पद्धतीच्या कर्मकांडाशी फारसा संबंध आलेला नाही; पण अध्ययन-अध्यापनात अष्टौप्रहर मग्न असणाऱ्या वैदिक काळातील ऋषींचे ते खरेखुरे वारस आहेत.

सकाळी, संध्याकाळी, रात्री-अपरात्री त्यांच्या घरी केव्हाही जा आणि रामभाऊंना त्यांच्या खोलीत गाठा. टेबलावर पाच-सात पुस्तकं परस्परांशी निरनिराळ्या प्रकारचे कोन करून पडली आहेत, कोपऱ्यात हरतऱ्हेच्या पुस्तकांचे एक-दोन ढीग विश्रांती घेत आहेत, वर्तमानपत्रं वाऱ्यावर फडफडताहेत आणि अशा अव्यवस्थित भासणाऱ्या अभ्यासिकेत पाय मुडपून, अंगात स्वेटर घालून, तशीच थंडी असल्यास गळपट्टा गुंडाळून, रामभाऊंची स्वारी एका खुर्चीत वाचनात मग्न होऊन गेली आहे असं तुम्हाला दिसून येईल. ते खरेखुरे पंडित आहेत. त्यांच्या हातातलं पुस्तक विज्ञानविषयकच असतं असं नाही. शास्त्रीय विषयांवरची सारी पुस्तकं तर रामभाऊ फस्त करतातच; पण तेवढ्यानं त्यांची बौद्धिक भूक अंशत:ही भागण्यासारखी नसल्यामुळे इतर सर्व विषयांवर त्यांचं वाचन सतत सुरू असतं. 'कदा नेणो वोढी' हा श्लोक आठवावा असा त्यांचा वाचनाचा झपाटा आहे. मात्र या पांडित्याचा गाजावाजा कधी कुणाच्या कानांवर पडणार नाही! खाकोटीला खूप जाडजूड ग्रंथ घेऊन डुलत निघालेले रामभाऊ कुणाला कधीच पाहायला मिळणार नाहीत. 'अमुक ग्रंथकार तमुक म्हणतो' असली पोपटपंचीची वाक्यही त्यांच्या बोलण्यात कधी येणार नाहीत. मात्र रात्रभर संथ पडत राहणाऱ्या पावसानं भूमी जशी सुजल आणि सुफल होत जाते, तसं त्यांचं व्यक्तित्व या चौफेर वाचनानं आणि त्यातून निर्माण होणाऱ्या चिंतनानं संपन्न आणि समतोल झालं आहे.

रामभाऊंना आवडणार नाही अशा विषयावरचं पुस्तक लिहिणारा लेखक अजून जन्माला यावयाचा आहे! वेदांवरलं चर्चात्मक पुस्तक असो, बायबल असो, रशियाविषयीचं पुस्तक असो, आल्डुस हक्स्लेचं 'ग्रे एमिनन्स' असो, यंत्रशास्त्रावरलं नवं पुस्तक असो, वेल्सचा 'Work, Wealth & Happiness' ह्याच्यासारखा ग्रंथ असो अथवा नवं इंग्रजी-मराठी नाटक असो, रामभाऊ या सर्वांचं स्वागत सारख्याच तत्परतेनं करतात. कितीही नद्या मिळाल्या तरी त्यांचं पाणी कुठे ठेवू म्हणून समुद्र जसा विवंचनेत पडत नाही, त्याप्रमाणे कुठूनही ज्ञानाचे आणि वाङ्मयीन आनंदाचे

पाझर झिरपत आले—किंबहुना त्या पाझरांना प्रवाहाचं रूप आलं तरी रामभाऊ आपल्या एवढ्याशा बाहुंत त्यांना सहज कवटाळून धरतात. शंकरानं जशी लीलेनं गंगा मस्तकावर धारण केली, त्याप्रमाणे आपल्या स्मृतिकोशात हे सारे ज्ञानप्रवाह ते व्यवस्थित साठवून ठेवतात.

हे सारं वाचन नुसतं वाचन नसतं, एकाच वेळी वाचन आणि त्याबरोबर त्याचं पचन, चिंतन, मंथन वगैरे सर्व चाललेलं असतं. गेल्या पन्नास वर्षांत शहरी राहणीमुळे आपल्याकडे बद्धकोष्ठाचा विकार जसा वाढत चालला आहे त्याप्रमाणे मुद्रणाच्या व शिक्षणाच्या सुलभतेमुळे उथळ वाचनाचा रोगही जोरानं फैलावत आहे. वाचन डोळ्यांनी नव्हे तर डोक्यानं करायचं असतं हे पुष्कळांच्या गावीही नसतं! रामभाऊंना असलं वाचन साफ नामंजूर आहे. त्या दृष्टीनं ते जुन्या परंपरेतले आहेत. जे काही ग्राह्य असेल ते स्मरणशक्तीनं जपून ठेवलंच पाहिजे, असा त्यांचा दंडक आहे. ते प्राध्यापक झाल्यानंतर लवकरच फर्ग्युसन कॉलेजातील प्राध्यापक नाईक आजारी पडले. त्यांचं बीजगणित शिकविण्याचं काम पदार्थविज्ञानाचे प्राध्यापक असल्यामुळे रामभाऊंकडे आलं. रामभाऊंनी ते अतिशय उत्कृष्ट रीतीने केलं. विलिंग्डन कॉलेजात असंच त्यांनी एकदा वनस्पतिशास्त्र शिकविलं. पण मला वाटतं, बीजगणित किंवा वनस्पतिशास्त्र तर राहूद्याच, उद्या इतिहास किंवा तत्त्वज्ञान शिकवायची पाळी आली, तरी रामभाऊ हे विषय मोठ्या सुबोध रीतीने आणि सुंदर शैलीने शिकवतील. पूर्वीच्या नाटकमंडळ्यांत कुठल्याही भूमिकेबाबत अडचण निर्माण झाली की, ती उणीव भरून काढणारा एखादा अष्टपैलू नट असे. विपुल वाचन, प्रदीर्घ व्यासंग आणि स्वतंत्र चिंतन यांमुळे रामभाऊंच्या ठिकाणी जो बहुश्रुतपणा आला आहे तो अशाचप्रकारचा आहे.

इतकी विद्वत्ता अंगी असूनही ते अतिशय विनम्र आहेत. त्यांचा साधेपणा, अहंकाराचा अभाव आणि फलनिरपेक्ष कर्तव्य करण्याची वृत्ती पाहिली म्हणजे हा कुणी शापित देवदूत तर नाही ना, अशी कल्पना मनात चमकून जाते. त्यांना मान नको, सन्मान नको, चमकणं नको, मिरविणं नको—काही नको! पाण्यात अलिप्तपणे राहणाऱ्या कमलपत्रासारखं त्यांचं मन आहे. एखादा गवई जसा दिवसभर आपल्या रियाजात, आपल्या आवडत्या ओळी स्वत:शी गुणगुणण्यात आणि कानात घुमत असणाऱ्या सुरांच्या धुंदीत गुंग असतो, तसे रामभाऊ आपल्या वाचनात, चिंतनात आणि अध्यापनात रंगून गेलेले दिसतात.

यामुळेच रामभाऊंशी घटकाभर गप्पा मारल्या तरी चार नव्या आणि चांगल्या गोष्टी सहज कानांवरून जातात. असं असूनही ते केवळ पुस्तकी पंडित नाहीत. वाङ्मय, विज्ञान वगैरेंच्या पलीकडे इतर विषयांत त्यांना रस नाही असं नाही. कोणाच्या डोळ्यात मोतीबिंदू झाल्याची गोष्ट निघूद्या, रामभाऊ लगेच त्याच्यावर

प्रा. रा. ना. जोशी । ८५

होमिओपाथीचे 'कॅलकार फ्लुअर' (calcar Fluor) हे औषध सुचवतील. कुठल्याही जुन्या गाण्याची आठवण निघू द्या, कोणता नट किंवा गायक ते अधिक चांगलं म्हणत असे हे रामभाऊ चटकन सांगतील! त्यांना आयुर्वेदाची माहिती आहे, राजकारणातल्या पक्षोपपक्षांची आणि त्यातल्या बड्याबड्या धेंडांची सारी वैशिष्ट्यं आणि वैगुण्यं त्यांना ठाऊक आहेत; सर्व ऐतिहासिक घडामोडींची त्यांना खडान्-खडा माहिती आहे किंबहुना त्यांना माहिती नाही कशाची हाच खरा प्रश्न आहे! टेनिसपासून टेलिव्हिजनपर्यंत अनेक विषयांवर मी अद्यापि रामभाऊंशी बोललो नाही हे खरं आहे; पण त्याचं कारण रामभाऊंपाशी त्या त्या विषयावर बोलण्याजोगं काही नाही हे नसून, ते जे बोलतील ते मला कळण्याचा संभव नाही हे आहे!

असा हा आकाराने लहान पण अंतरंगानं संपन्न असा चालताबोलता ज्ञानकोश आहे. या ज्ञानकोशाचं बहिरंग आकर्षक नाही. 'दिसे ठेंगणी मूर्ति ही बावळीशी' या ओळीचं स्मरण व्हावे असाच रामभाऊंचा थाटमाट आहे. कसाबसा काचा मारलेलं धोतर, अंगात एक साधा शर्ट, वर कसलातरी कोट, डोक्याला टोपी, डोळ्यांना चष्मा, दाढी केलेली म्हणजे केलेली–ती गुळगुळीत हवी असं मुळीच नाही. स्वारीचा आहार इतका बेताचा की, परक्याला अजून बाळवाटीवरच सारं काम चाललं आहे असं वाटावं! रामभाऊंच्या या अशक्त प्रकृतीमुळेच, सांगलीच्या सरकारी दवाखान्यासमोर एकदम मोठी धुळीची वावटळ उठली आणि छत्री उघडून चाललेले रामभाऊ त्या वावटळीबरोबर उडून अचूक गणपतीच्या देवळाजवळ आपल्या घरासमोर उतरले– अशा प्रकारची अद्भुत कथा आमच्या विद्यार्थिदशेत प्रचलित होती. (ती कुणी तयार केली होती हे मला आठवत नाही; कदाचित मीच तिचा जनक असेन! त्या वेळी विनोदी लेखक होण्याची महत्त्वाकांक्षा माझ्या मनात थैमान घालीत होती.)

पण दुर्बळ शरीरात किती सबळ मन वास करू शकतं आणि जो खरा कर्मयोगी आहे तो जीवनात आपल्या वाट्याला आलेली भूमिका किती उत्तम रीतीनं पार पाडू शकतो याचं रामभाऊ हे उत्कृष्ट उदाहरण आहे. गेली दोन तपं त्यांच्या विद्यार्थ्यांच्या तोंडून अध्यापनातली त्यांची गती, आस्था आणि कुशलता यांच्याविषयी मी सतत गौरवाचे उद्गार ऐकत आलेलो आहे. रामभाऊंच्या चित्रपट प्रेमामुळे जे विद्यार्थी त्यांचा 'आर्यन जोशी' (आर. एन. जोशी यांचं पुण्याच्या 'आर्यन' सिनेमाशी नातं दाखविणारं नाव) म्हणून गंमतीने उल्लेख करीत, तेच त्यांच्या पदार्थविज्ञानाच्या तासाचं असं रसभरित वर्णन करीत की, रामभाऊ त्यांना शास्त्रीय विषय शिकवीत होते का नाटक शिकवीत होते याचंच ऐकणाराला कोडं पडावं! रामभाऊंच्या अगदी प्रारंभीच्या एक हुशार विद्यार्थिनी श्रीमती शकुंतलाबाई परांजपे या त्यांच्या शिक्षणपद्धतीचं वर्णन करताना म्हणतात–

''१९२२ ते १९२६ पर्यंत मी त्यांची विद्यार्थिनी होते. त्यांचा पहिला तास झाल्यापासून जितके दिवस त्यांच्या शिक्षणाचा लाभ मिळू शकेल तितका तो घ्यायचा असे मी ठरविले आणि तेवढ्यासाठी बी.एला न जाता मी बी.एससीकडे गेले. कितीही मठ्ठ विद्यार्थी असो, त्याच्या डोक्यात प्रकाश टाकण्याची गुरु जोशी यांची हातोटी काही विलक्षण होती. अनेकदा तोच तो मुद्दा ते समजावून सांगत. ते तासाला येत तेव्हा एक पाऊल वर्गात पडताक्षणीच 'गेल्या खेपेला आपण इथपर्यंत आलो होतो' (लास्ट टाईम वुई सॉ...) या शब्दांनी व्याख्यानमाला सुरुवात व्हायची. त्यांचा तास लवकर संपावा असे कुणाला वाटले नाही. उलट तास इतक्या लवकर कसा संपला याचेच आश्चर्य वाटे!

''एफ. वायच्या वर्गामध्ये आम्हाला बीजगणित शिकवायला प्रो. नाईक होते, पण एक-दोन तास घेतल्यानंतर ते फार आजारी पडले. लवकर बरे होण्याचे लक्षण नव्हते. तेव्हा प्रो. जोशी यांनी आम्हाला तोही विषय शिकविला. धन्य आम्ही! पुस्तकातील प्रत्येक उदाहरण सुव्यवस्थित सोडवूनसुद्धा नेमलेला भाग एका टर्ममध्येच संपला! दुसऱ्या टर्मला जोशांनी फिरून पहिल्यापासून सगळे शिकविले. त्या वर्षी बीजगणितामध्ये कुणीच नापास झाले नसेल.

''एकदा शिकविता शिकविता त्यांचा जोडा प्लॅटफॉर्मवरून खाली पडला. तो उचलायला स्वारी खाली उतरली, वाकली, पण तोंडाने लेक्चर चालूच होते!

''कॉलेजात समारंभाच्या वेळी मुले गडबड करू लागली की, प्रो. जोशींना त्यांच्याबरोबर बसविण्यात येई. मग चटकन मुले गप्प होत. मुलांचा आदर आणि प्रेम संपादन करायला उंची, रुंदी, मिशा असले काहीच लागत नाही. या वामनमूर्तीजवळ शंभर नंबरी ज्ञान आणि कमालीचा साधेपणा यापेक्षा मुलांना दिसेल असे दुसरे काय होते?''

अत्यंत श्रेष्ठ प्रतीचा प्राध्यापक हा दुर्मीळ लौकिक रामभाऊंनी सहज संपादन केला. पण रंगभूमीवर चमकणं निराळं आणि पडद्याआड चमकणं निराळं! अनेक माणसं लौकिक व्यवहारात उठून दिसतात; पण घरात स्नेह्या-सोबत्यांत व दैनंदिन जीवनात त्यांचं मोठेपण प्रतीत होत नाही. त्यांच्याजवळ जाणाऱ्यांना आपल्या या 'देवाचे पाय मातीचेच आहेत' असा कटू अनुभव येतो. रामभाऊंचं मोठेपण असं एकांगी नाही. आतबाहेर, घरीदारी, कॉलेजात, सार्वजनिक सभांत–सर्वत्र त्यांच्या व्यक्तित्वाचा एकाच प्रकारचा साक्षात्कार होतो. हे व्यक्तित्व साधं पण मोहक आहे. त्यात भारतीय संस्कृतीतलं निर्मळ, सरळ जीवनाविषयीचं प्रेम आणि पाश्चिमात्य संस्कृतीतलं वैचित्र्यपूर्ण विश्वाविषयीचं कुतूहल यांचा मोठा सुरेख मेळ पडला आहे. ते व्यक्तित्व संपन्न आहे, पण आपल्या संपदेचं प्रदर्शन करणारं नाही. त्यात काव्य आहे, पण त्याला नाट्याचा स्पर्शसुद्धा नाही–मग नाटकीपणाची गोष्ट दूरच राहिली! एकीकडून

हे व्यक्तित्व स्थितप्रज्ञतेच्या सीमेवर रेंगाळत असतं तर दुसरीकडून ते सर्वसामान्य संसारी माणसांच्या सुख-दु:खांना बिलगलेलं दिसतं.

रामभाऊंच्या घरी केव्हाही जावं, त्यांच्या सौम्य आणि शीतल व्यक्तित्वाची छाया सर्व घर व्यापून राहिली आहे असा भास होतो. माझ्यासारख्या बालमित्राने घरात पाऊल टाकताच हसतमुखाने स्वागत करीत ते पुढे येतील, तिथूनच पत्नीला 'अग ए', किंवा 'ए वयनी' अशी हाक मारतील. जे इतरांचं संबोधन तेच रामभाऊंचं संबोधन–तिथे आपपरभाव नाही. वहिनींना चहा टाकायला सांगून माझ्या प्रकृतीची चौकशी करतील. (आम्हा दोघांमध्ये प्रतिकूल प्रकृती, वाईट अक्षर, दत्तक जाणं, नाटकाचा नाद इत्यादी अनेक गोष्टींत साम्य आहे.) लगेच संभाषणाची जी गाडी सुटेल ती वाङ्मयापासून तत्त्वज्ञानापर्यंत कुठेही जाईल. मीटर गेज, ब्रॉड गेज वगैरे अडचणी या गाडीपुढे कधीच उभ्या राहत नाहीत.   प्रसंगी ती विमानाप्रमाणे अंतरिक्षाचासुद्धा प्रवास करते, तिथल्या ग्रह-ताऱ्यांत रमते. आमचा हा प्रवास चालला असताना आत वहिनी चहापानाची तयारी करीत असतात. मुलं इकडून तिकडे आपापल्या कामासाठी जातात, येतात. (आता ही मुलं मोठी झाली आहेत. रामभाऊंच्या पदवीधर मुलीचं लग्न वर्षापूर्वीच झालं) घराचा गाडा सदैव ठराविक चाकोरीतून पुढे सरकत असतो; पण कुठे कुरकुर नाही, धडपड नाही, धुसफुस नाही, काही नाही. सारं कसं शांत आणि प्रसन्न असतं! किरकिर, कटकट, चडफड हे शब्दच रामभाऊंच्या कोशात नसावेत. त्यांच्यातला तत्त्वज्ञ हा पढिक पंडित नाही. तो सदैव जागा असतो. त्यामुळे सडा घातलेल्या, सुंदर रांगोळी काढलेल्या, कडेला थोडी फुलझाडं असलेल्या एखाद्या टुमदार घरापुढच्या अंगणात पाऊल टाकलं की, मनाला जी प्रसन्नता येते, तिच आधुनिक पद्धतीच्या दांपत्यप्रेमाचं पुसट चिन्हसुद्धा नसलेल्या रामभाऊ आणि 'वैनी' यांच्या संसारात जाणवते.

साठीच्या घरात आल्यामुळे रामभाऊ आता प्राध्यापकाच्या पेशातून निवृत्त होत आहेत. त्यांचे स्नेही, चाहते व विद्यार्थी यांनी त्यांच्याविषयीचा आपला प्रेमादर व्यक्त करण्याकरिता त्यांच्या नावे पारितोषिक ठेवण्याची योजना आखली आहे. महाराष्ट्रात सर्वत्र पसरलेल्या रामभाऊंच्या विद्यार्थ्यांकडून आणि त्यांच्याशी परिचित असलेल्या प्रत्येकाकडून ही योजना यशस्वी करण्याच्या कामी सहाय्य होईलच, पण या सर्व मंडळींनी रामभाऊंपाशी एक हट्ट धरला पाहिजे–तो म्हणजे निवृत्तीनंतर त्यांना जे स्वास्थ्य मिळेल त्याचा उपयोग त्यांनी शास्त्रीय लेखनाच्या कामी करावा! गेल्या शंभर वर्षांत इंग्रजी शिक्षणामुळे विज्ञानाच्या विविध क्षेत्रांशी आपण परिचित झालो हे खरं आहे; पण मूलत: भारतीय मन विज्ञाननिष्ठ नाही. त्याचं वर्णन 'विज्ञानविन्मुख' असं करणंच योग्य होईल. पुढचं जग व जीवन विज्ञानाचं आहे, हे या १९५७ सालीसुद्धा आपल्यातल्या मोठमोठ्या लोकांच्या लक्षात येत नाही.

शाळा-कॉलेजात विज्ञानाचा अभ्यास करणारी तरुण मंडळी संसाराला जुंपली गेली की, ती विसाव्या शतकातून अठराव्या शतकात जाऊन पडतात. आपल्या ज्ञानाचा व्यवहारात उपयोग करून जीवन अधिक सुखी, समृद्ध बनविण्याची इच्छाच त्यांना होत नाही.

भारतीय रक्तात खऱ्याखोट्या अध्यात्माच्या शतांशसुद्धा बरंवाईट विज्ञान नाही, हे या परिस्थितीचं मुख्य कारण असू शकेल. तथापि त्यामुळे आपण कालदृष्ट्या नव्या जगात, पण मनाने जुन्या जगात वावरत आहो, हा फार मोठा विसंवाद आहे. आपल्या अलिकडच्या जीवनातले संघर्ष, संदेह आणि समस्या, नवं विज्ञान व प्रत्यक्ष जीवन यांच्यामध्ये जी प्रचंड भिंत शतकानुशतके उभी आहे (आणि गेल्या शतकातल्या कुदळ-पहारींच्या प्रहारांनी जी किंचित ढासळू लागली असली तरी अजून उभीच आहे!) तिच्यामुळे निर्माण झाले आहेत. म्हणून रामभाऊंना आपण सर्वांनी अशी विनंती केली पाहिजे की, त्यांच्यापाशी जे ज्ञानभांडार आहे ते महाराष्ट्रातल्या गृहिणींच्या चुलीपर्यंत आणि शेतकऱ्याच्या झोपडीपर्यंत पोचेल असं लेखन त्यांनी करावं. तसं लेखन करण्याची शक्ती त्यांच्या अंगी नि:संशय आहे. तीन तपं त्यांनी विद्यालयांत द्राक्षांचे मळे पिकविले, आता त्यांनी उद्याच्या समाजाकरिता अक्रोडाची झाडं लावावीत.

विद्वान, विनयशील, विज्ञानप्रिय आणि प्रेमळ अशा गुरुची परंपरा त्यांच्या विद्यार्थ्यांनी अवश्य पुढे चालविली पाहिजे. असली परंपरा ही एक राष्ट्रीय संपत्ती आहे.

नव्या, शहरी आणि यांत्रिक संस्कृतीच्या प्रसाराबरोबर माणसानं माणसावर निरपेक्ष आणि उत्कट प्रेम करण्याचा भारतीय संस्कृतीतील गुण आपण विसरू लागलो आहो की काय असं मला अनेकदा वाटतं. म्हणूनच रामभाऊंच्या चौरस विद्वत्तेइतकाच त्यांचा सर्वस्पर्शी प्रेमळपणाही मला प्रेमाचा वाटतो. त्यांच्या प्रेमळपणाचा माझा एक अनुभव इथे सांगितल्यावाचून राहवत नाही—

१९२० साली कोकणाच्या कोपऱ्यातल्या शिरोडे या खेडेगावी मी मास्तर म्हणून गेलो, मॅट्रिकमध्ये आठवा नंबर आलेल्या माझ्यासारख्या मुलानं इंटरमध्ये कॉलेज सोडावं, इतकंच नव्हे तर दत्तक घरची शेती व सावकारी यांच्यामुळे लाभणाऱ्या सुखवस्तू जीवनाकडेही पाठ फिरवावी, याचा माझ्या सर्व आप्तेष्टांना राग आला होता. वाङ्मयसेवा, समाजसेवा वगैरेंच्या नादानं मी माझ्या आयुष्याची धूळधाण करून घेत आहे, असं त्या सर्वांना वाटलं. (व्यवहारदृष्ट्या ते खरंच होते.) त्या सर्वांनी जवळजवळ माझं नाव सोडलं! वर्ष दोन वर्षांत कुणाचं बोटभर पत्रसुद्धा मला आलं नाही. शिरोड्याला मी आणि माझी बहीण मिळेल तसल्या जागी रहात होतो; गाडग्यामडक्यांमध्ये संसार करीत होतो. सहा पैशांची जस्ती चिमणी 'डिटमार'चा

सुंदर दिवा म्हणून वापरीत होतो. तांब्याचा एक पैसासुद्धा वायफळ खर्च होऊ नये म्हणून दक्षता घेत होतो. या सर्व गोष्टींचं मला तितकंसं वाईट वाटत नव्हतं, पण माझ्या नातेवाईकांचा माझ्यावरला बहिष्कार मात्र मला जाणवत होता–अगदी जिव्हारी झोंबत होता.

अशा स्थितीत एके दिवशी पोस्टमन माझ्या नावाची एक वीस रुपयांची मनीऑर्डर घेऊन आला. मी चकित झालो! मला मनीऑर्डर पाठविणार? नि ते कोण? कशाकरिता? ज्याला मनीऑर्डर येऊ शकते अशा प्रकारचा लेखकही तेव्हा मी नव्हतो. गावात बापू खांडेकर नावाचे एक पुरोहित होते. ती मनीऑर्डर त्यांची असावी असं मला वाटलं. मी पोस्टमनला तसं बोलूनही दाखविलं; पण मनीऑर्डरवर माझंच नाव आहे, असं तो सांगू लागला. म्हणून मी ती हातात घेतली. खालचं कुपन पाहिलं. ते अगदी कोरं होतं. मग वर पैसे पाठविणाराचं नाव मी पाहिलं. ते होतं–रा. ना. जोशी.

★ ★ ★

११

बालमित्र व नाटककार :
बन्याबापू कमतनूरकर

सुखदुःखाचं अद्वैत हे प्रेमाचं सर्वांत मोठं लक्षण. पति-पत्नीमधल्या प्रीतीप्रमाणे दोन सुहृदांच्या स्नेहातही हे अद्वैत अनुभवाला येऊ शकतं–विशेषत: बालमित्रांच्या बाबतीत! पुढल्या वयात माणूस नकळत व्यवहारी बनू लागतो. कुणाशीही संबंध जोडताना तोट्या-फायद्याचा हिशेब त्याच्या अंतर्मनाच्या पाटीवर मांडला जातो. बालपणी असं घडत नाही. बालकासारखा जगन्मित्र दुसरा कुणी आढळणार नाही!

'काबुलीवाला' या हृदयंगम कथेत प्रौढांना क्रूर आणि दांडगा वाटणारा काबुलीवाला छोट्या मिनीचा जिगरदोस्त कसा होतो, हे आपण पाहतो. रवींद्रनाथांची ही मिनी अखिल बालकांची प्रतिनिधी आहे.

लहान मुलं परस्परांच्या जवळ येतात ती योगायोगामुळे! एकाच शाळेत जात असल्यामुळे; शेजारी शेजारी राहत असल्यामुळे. मोरपिसं, पेन्सिलींचे तुकडे, रंगीबेरंगी काचा अशा प्रकारचे नजराणे देऊन-घेऊन ती आपली मैत्री वाढवीत राहतात. हे चिमणं जग स्वप्नाळू असतं, पण त्यातलं एक स्वप्न मात्र जन्मभर माणसाची सोबत करीत राहातं. ते म्हणजे त्या अजाण वयात निर्माण झालेलं भावबंधन.

बन्याबापू कमतनूरकर हे अशा प्रकारचे माझे स्नेही होते. वयानं माझ्याहून दोन वर्षांनी मोठे. त्यामुळे आरंभीआरंभी माझ्या थोरल्या भावाशी त्यांचं अधिक रहस्य असे. बन्याबापूंचे वडील तात्यासाहेब कमतनूरकर हे सांगली संस्थानात असिस्टंट रेव्हेन्यू कमिशनरच्या हुद्द्यावर होते. बन्या हा त्यांचा एकुलता एक मुलगा. तोही तिसऱ्या बायकोला झालेला. लहानपणीच आईच्या मायेला अंतरलेला बन्या ही तात्यांच्या डोळ्यातली बाहुली होती. त्याला चांगली शिस्त लागावी, त्याचं शिक्षण

उत्तम प्रकारे पार पडावं आणि त्याच्या हूडपणाला आळा बसावा म्हणून तात्यांनी त्याला इंग्रजी शिक्षणासाठी पुण्याला ठेवलं. 'न्यू इंग्लिश स्कूल'च्या वसतिगृहात तो राहत असे. रात्री सुपरिंटेंडेंट हजेरी घेऊन गेल्यावर रखवालदाराला वश करून किंवा खिडक्यांतून पसार होऊन पोरं नाटकं पाहायला कशी जात, याचं सुरस वर्णन पुढं एकदा मी बन्याबापूंच्या तोंडून ऐकलं होतं. त्यावरून वसतिगृहाच्या कडक शिस्तीचा अल्लड बन्याला कितपत फायदा झाला असेल, हे सहज ताडता येईल.

बन्या दिसायला जितका देखणा, तितकाच बुद्धीनं चलाख. पण ती बुद्धी केवळ सरळ नाकासमोर जाणारी नव्हती. मुळातच ती मोठी अचपळ! अभ्यासाची पुस्तकं सोडून अवांतर वाचनात, नाटक पाहण्यात आणि समवयस्कांच्या गंमतीदार खोड्या करण्यात ती रमून जात असे. एक छोटी आठवण सांगतो म्हणजे बन्याच्या स्वभावातला हूडपणा सहज लक्षात येईल. १९११-१२ ची गोष्ट आहे ही. १२ डिसेंबरला दिल्ली दरबार होता. त्याच दिवशी बन्याच्या घरी केस कापून घ्यायला बसलो होतो मी. त्या काळी केस ठेवणारी मुलं, घरच्या वडील माणसांच्या समजुतीसाठी, डोक्यावर मध्यभागी थोडी शेंडी ठेवीत. मी या असल्या सनातनी सुधारकांपैकीच एक होतो. बन्या पुण्याच्या अद्ययावत केशकर्तनालयात केस कापून घेणारा. सुधारकी वातावरणात वाढलेला. केसांच्यामध्ये नारदाच्या शेंडीसारखी अर्धवट उभी असणारी माझी शेंडी त्याला अगदी बेंगरूळ वाटे. तिच्यावरून अनेकदा माझी त्यानं थट्टा केली होती पण काही केल्या मी दाद देत नाही असं पाहून त्यानं त्या दिवशी निराळीच युक्ती योजिली. न्हाव्यापुढं खाली मान घालून बसणं मला प्राप्तच होतं. माझ्या या बेसावध स्थितीचा बन्यानं फायदा उठवला. त्यानं न्हाव्याला हातानं खूण केली असावी. पडत्या फळाची आज्ञा घेऊन माझ्यासमोरच्या कारागिरानं जे काही करायचं ते केलं! अशा रीतीनं बादशहाचं राज्यारोहण होत असताना सांगलीला माझ्या शेंडीचं उच्चाटन झालं!

त्या काळी पुण्यावर प्रतिवर्षी प्लेगोबाची स्वारी होई. साहजिकच बन्या सांगलीला निघून जाई. महिना-दोन महिने घरी राही. प्रथम काही दिवस कमतनूरकरांचं बिऱ्हाड गणपती देवळाजवळच्या एका प्रशस्त घरात होतं. आमच्या बिऱ्हाडापासून अगदी हाकेच्या अंतरावर. बन्याची नि माझी गट्टी जमली ती या ठिकाणी. त्याच्या घराकडे माझी पावलं नकळत दररोज वळत. तिथं नवनवी वृत्तपत्रं, मासिकं वाचायला मिळत. तो मोह मला आवरत नसे. हिरव्यागार कुरणाकडे वासरानं धाव घ्यावी तसा मी त्याच्या घरी जाई. अशाच एका प्रसंगी त्यानं माझ्यावर एक गंमतीदार प्रयोग केला. त्यानं पुण्याहून आणलेलं, नवंकोरं 'अरेबियन नाईट्स' वाचण्यात मी गुंग होऊन गेलो होतो. हळूच बिस्किटांनं भरलेली एक बशी त्यानं माझ्याजवळ आणून ठेवली. ती होती हंटले पामर्सची बिस्किटं. जितकी छोटी तितकीच चविष्ट.

वाचतावाचता मी एकेक बिस्किट तोंडात टाकू लागलो. लवकरच बशी रिकामी झाली. मग बन्या पुढं आला; त्यानं मला हलवून वाचनाच्या तंद्रीतून जागं केलं आणि काहीतरी विपरीत घडलं आहे असा चेहरा करीत तो म्हणाला, ''अरे वेड्या, काय केलंस तू हे? आज आषाढी एकादशी आहे ना? तुझा उपास मोडला की! मोठं पाप लागणार तुला आता.''

साठ वर्षांपूर्वी साऱ्या हिंदू समाजाच्या पाप-पुण्याच्या कल्पना फार ढोबळ, अगदी उथळ, आज केवळ पोरकट वाटतील अशा प्रकारच्या होत्या. रूढीनं घालून दिलेल्या कुठल्याही चाकोरीच्या बाहेर माणसानं पाऊल टाकलं की, त्याबद्दल मेल्यानंतर त्याला रौरव नरकात खितपत पडावं लागतं, असं केवळ पोरांनाच नव्हे, तर थोरांनाही वाटे! अंधश्रद्धांच्या पोलादी चौकटीत ठाकूनठोकून बसविलेलं सामाजिक मन कसलीही हालचाल करू शकत नाही! त्यामुळे कार्यकारणभावाशी काडीइतकाही संबंध नसलेल्या आणि माणसांच्या खऱ्याखुऱ्या सुख-दु:खांचा क्षणभरही विचार न करणाऱ्या पाप-पुण्यांच्या कल्पनांचा त्या काळी समाजाच्या मनावर मोठा पगडा होता. साहजिकच एकादशी दिवशी आपण बिस्किटं खाल्ली, याची रुखरुख माझ्या मनाला लागून राहिली आणि एका भाबड्या पोराची गंमत केल्याचा आनंद बन्याला लुटता आला.

बन्याशी अभावितपणे जडलेल्या मैत्रीचा त्या वाढाळू वयात मला फार मोठा उपयोग झाला. स्वभावत:च मी वाचनाच्या बाबतीत अधाशी होतो. पुस्तकांचे डोंगर पालथे घालायला माझं मन नेहमी उत्सुक असे. वाचनाची माझी ही भस्मासुरी भूक भागविण्याची शक्ती, त्या वेळी सांगलीच्या वाङ्मयीन परिस्थितीत नव्हती. 'मासिक मनोरंजन' हे त्या वेळचं अतिशय लोकप्रिय मासिक. त्याचा प्रत्येक अंक वाचायला मिळावा म्हणून मी जिवाचा आटापिटा करी. पण चांगल्या चांगल्या प्रतिष्ठित मंडळींच्या घरीही, आवडत्या वृत्तपत्रापलीकडं दुसरं काही विकत घेतलं जात नसे. शिवाय बड्याबड्या मंडळींच्या घरचे दरवाजेही मला खुले नव्हते. त्यामुळे आतल्या आत दाबून ठेवलेली माझी वाचनाची भूक, पुण्याला प्लेगचा कहर झाल्यामुळे बन्या सांगली हायस्कूलमध्ये इंग्रजी पाचवीत येऊन दाखल झाला, तेव्हा मनासारखी तृप्त होऊ लागली. त्याच्या घरी 'मासिक मनोरंजन'चे अंक ज्या धुंदीत मी वाचले तिचं वर्णन करणं कठीण आहे. 'सारंच विलक्षण' ही वासुदेवराव पटवर्धनांची अपूर्ण कादंबरी; बालकवींची 'अरुण' ही मधुमधुर, कल्पनारम्य कविता; भालचंद्राचं 'क्लबांचं बंड' हे प्रहसन–अशी किती नावं सांगावीत? 'उघडि नयन रम्य उषा हसत हसत आली । अरुणकिरणमय वसना अवनीही ल्याली' या रेंदाळकरांच्या 'प्रबोधन' कवितेच्या पहिल्या दोन ओळींनी मनाला घातलेली ती भुरळ–अजून त्या ओळी काल वाचल्यासारख्या वाटतात–बन्याच्या घरच्या मागच्या माडीत बसून.

बन्या सांगलीला जेमतेम वर्ष-सहा महिने राहिला. पुन्हा तो पुण्याला गेला. पण सुट्टीत तो घरी आला म्हणजे मी पुष्कळ वेळ त्याच्याच घरी काढीत असे. त्या काळची सांगली सामाजिक सुधारणेच्या दृष्टीने सनातनी होती. बालविधवेचा पुनर्विवाह ही पुढे हिरोशिमावर टाकल्या गेलेल्या अणुबॉंबइतकीच भयंकर गोष्ट वाटावी, असा तो जमाना होता. पण बन्या पुण्यातल्या सामाजिक सुधारणेच्या अनेक गोष्टी रंगवून सांगे. तो न्यू इंग्लिश स्कूलमध्ये इंग्रजी चौथीत असतानाच, किर्लोस्कर कंपनीतील मास्तरकी सोडून गडकरी न्यू इंग्लिश स्कूलमध्ये मास्तर झाले होते. बन्याच्या वर्गाला ते संस्कृत शिकवित. बन्याच्या ठिकाणी हुशारी व हूडपणा यांचं आकर्षक मिश्रण झालं असल्यामुळे त्यांची त्याच्यावर मर्जी बसली. श्रीपाद कृष्ण कोल्हटकर हे गडकऱ्यांचं वाङ्मयातलं परमदैवत. त्यांच्या नाटकांचा आणि 'सुदाम्याच्या पोह्यां'चा उल्लेख बन्याच्या बोलण्यात पुन्हा पुन्हा येई. श्रीपाद कृष्णांच्या लिखाणातील नाविन्याची आणि कल्पनाचमत्कृतीची मोहिनी माझ्या मनावर आधीच पडली होती. असं काहीतरी आपल्याला लिहिता आलं तर काय बहार होईल, असं माझ्या मनात नेहमीच येई—शेख महंमद बनून मी दिवास्वप्नं रंगवीत राही.

श्रीपाद कृष्णांचं 'प्रेमशोधन' नाटक नुकतंच रंगभूमीवर आलं होतं. त्याचं पुस्तक पुढे प्रसिद्ध झालं, पण त्या नाटकाची चमत्कृतिपूर्ण कथा आणि त्यातली विषम विवाहावरली टीका बन्याच्या तोंडून ऐकून ते केव्हा वाचायला मिळेल, असं मला होऊन गेलं. पुढे ते मला वाचायला मिळालं ते बन्याकडूनच. गडकऱ्यांनी बन्याच्या वडिलांना 'प्रेमसंन्यास' भेट म्हणून पाठविलं होतं. मी प्रथमत: ते वाचलं बन्याच्या घरीच! या साऱ्या गोष्टींशिवाय आणखी एका कारणानं बन्याविषयी मला आकर्षण वाटू लागलं. आपला बन्या लेखक आहे, त्याच्या गोष्टी 'सरस्वती-कुमार' या नावाने छापून येतात हे जेव्हा मला कळलं, तेव्हा तर माझा आनंद गगनात मावेना. त्या वेळी पुण्या-मुंबईत बोकाळलेल्या सोनेरी टोळीविषयीच्या त्याच्या एका गोष्टीची मुद्रणप्रत मी केल्याचं आजही मला आठवतं. (माझं नंतरचं अक्षर ज्यांनी पाहिलं असेल त्यांचा या गोष्टीवर विश्वास बसणार नाही, हा भाग निराळा!) ती मुद्रणप्रत करता करता स्वत:ची अक्कल वापरून मी त्या गोष्टीत काही बदलही दडपून दिले होते. (बहुधा हा माझ्यातल्या टीकाकाराचा जन्मक्षण असावा!)

१९१४ सालच्या प्रारंभी मी पुण्याला फर्ग्युसन कॉलेजात गेलो. बन्या अजून मॅट्रिक व्हायचा होता पण तो पुण्यातच राहत असे. एक उदयोन्मुख लेखक म्हणून शाळा-कॉलेजच्या वर्तुळात तो अनेकांना परिचित झाला होता. गडकऱ्यांच्या घराचं दार त्याला अष्टौप्रहर उघडं असे. मी पुण्याला शिकायला आलो होतो खरा, पण माझ्या मनात हळूहळू वाढत आलेलं साहित्याचं वेड पुण्याच्या हवेत अधिकच बळावलं. माझा बराचसा वेळ गुपचुप लेखन करण्यात, नवं मराठी वाङ्मय

वाचण्यात आणि मित्रांच्या बैठकीत त्याचा काथ्याकूट करण्यात जाऊ लागला. अशाच एका बैठकीत नाटकांची चर्चा सुरू झाली. कुणीतरी गडकऱ्यांची बाजू घेऊन 'कोल्हटकर-खाडिलकर आता संपले!' असा निकाल दिला. बन्याबापूंनी ही बाजू घेतली. अगदी मन:पूर्वक. मी कोल्हटकरांचं वकीलपत्र स्वीकारलं. बोलताबोलता ''मतिविकाराची चोरी करून लिहिलेल्या प्रेमसंन्यासाची अशी काय मोठी किंमत आहे?'' असा सवाल करून मी माझं प्रवचन सुरू केलं. माझी ती बेताल बडबड बन्याबापूंनी ऐकली आणि 'सांगलीहून असा असा एक मुलगा आला असून, तो तुमच्यावर वाङ्मयचौर्याचा आरोप करीत आहे!' असं गडकऱ्यांना सांगितलं. कीर्तिशिखराची पाऊलवाट झपाट्यानं मागं टाकणाऱ्या गडकऱ्यांना ते ऐकून राग तर आलाच असेल! शिवाय या आचरट धिटाईचं थोडं आश्चर्यही वाटलं असावं! हे कार्टं कोण आहे हे पाहण्याची उत्सुकता त्यांच्या मनात निर्माण झाली. मला घरी घेऊन येण्याविषयी त्यांनी बन्याबापूंना फर्मान सोडलं.

''गडकऱ्यांनी तुला बोलावलंय'' हे बन्याबापूंचे शब्द ऐकताच माझी पाचावर धारण बसली. वाचनाच्या बळावर बरोबरीच्या विद्यार्थ्यांत अकलेचे तारे तोडणं ठीक होतं. पण आता एका प्रतिभासंपन्न लेखकासमोर जाऊन उभं रहायचं, त्याच्याशी दोन हात करायचे, त्याच्या उलटतपासणीला तोंड द्यायचं, त्याच्यावर केलेला वाङ्मयचौर्याचा आरोप सिद्ध करून दाखवायचा–शिवधनुष्याला बाण लावण्यासारखं कठीण कर्म होतं हे! मी बोलका असलो तरी स्वभावत: भित्रा. वडिलमाणसं, बडी माणसं, धनाढ्य माणसं यांच्याविषयी लहानपणापासूनच मला अनामिक भीती वाटत आलेली. काय करावं ते मला कळेना. गडकऱ्यांच्या घरी जायचं टाळलं, तर पूर्वी मी जे बोललो होतो ती बालिश बडबड ठरणार होती. अहंकार मला माघारही घेऊ देईना!

शेवटी एका रविवारी गडकऱ्यांना भेटण्याचं मी बन्याबापूंपाशी कबूल केलं. तो रविवार उजाडेपर्यंत 'मतिविकार' आणि 'प्रेमसंन्यास' यांच्यातल्या साम्यस्थळांची पुन:पुन्हा मनात उजळणी केली. खुनाच्या खटल्यातल्या साक्षीदारानं, वकिलानं पढविलेली साक्ष घोकावी तशी. रविवारी दुपारी तीन-साडेतीन वाजता बन्याबापूंच्या मागून कसबा पेठेतल्या पिंपळासमोरच्या गडकऱ्यांच्या घरापाशी कसाबसा जाऊन पोचलो. पोलीस पुढं आणि काढण्या लावलेल चोर मागं, अशा उलट्या थाटात! छाती पहिल्यापासूनच धडधडत होती. आता पाय कापू लागले. शेवटी सारा धीर एकवटून, कडाक्याच्या थंडीत नदीच्या पाण्यात बुडी मारावी तसा गडकऱ्यांच्या बैठकीकडे जाणाऱ्या जिन्याच्या पायऱ्या मी चढलो.

आयुष्यातले काही योगायोग अनाकलनीय असतात! तसाच हा होता. मी पुण्याला आलो होतो उच्च शिक्षणाकरता. अंतरंगी मात्र एक अंधुक, अधुरं स्वप्न

तरळून जात होतं. ते स्वप्न होतं लेखक होण्याचं पण आत्मविश्वासाच्या अभावी ते कुणाला सांगण्याचा धीरसुद्धा मला होत नसे. बन्याबापूंनी गडकऱ्यांसमोर मला नेऊन गुदरलं नसतं, तर आपणहून मी एवढ्या मोठ्या लेखकाची ओळख करून घ्यायला धजावलो असतो, असं मला वाटत नाही. गडकऱ्यांचा सहवास मला फक्त दोन-अडीच वर्षं लाभला. १९१४ जुलैपासून १९१६ अखेर. पण या अल्प अवधीत लेखक होण्याची माझी आकांक्षा प्रज्ज्वलित होत गेली.

बन्याबापूंची गोष्ट सर्वस्वी निराळी होती. गडकऱ्यांचा दीर्घकाळ सहवास लाभलेले, प्रसंगी त्यांच्याशी भांडणारे, पण त्यांच्याविषयी अपार भक्ती असलेले, त्यांच्या साहित्याच्या प्रभावाखाली लिहू लागलेले आणि त्याच लेखनपद्धतीचा अभिमान बाळगणारे गडकऱ्यांचे प्रमुख शिष्य होते ते! १९२०-२५च्या काळात त्यांनी लिहिलेल्या कथांचं गुर्जरांच्या कथेशी थोडंसं नातं असलं तरी भाषाशैली, रचनापद्धती आणि जीवनचित्रण या तीनही बाबतींत त्यांचं वळण गडकरी घराण्याचंच होतं. गडकऱ्यांचे निकटवर्ती शिष्य म्हणून प्रमुख नाटक कंपन्यांत बन्याबापूंची ये-जा नेहमी सुरू असे. चिंतामणराव कोल्हटकर, गणपतराव बोडस प्रभृती त्या काळची बडी नाटकमंडळी या तरुण लेखकाला आपला स्नेही मानीत. गडकऱ्यांच्या गादीचा वारस या दृष्टीनेच त्याच्याकडे सर्वजण पाहत असत.

बन्याबापूंनाही स्वतःच्या नाट्यलेखनशक्तीची जाणीव चांगली असावी. वडिलांच्या इच्छेसाठी ते कसेबसे बी.ए झाले. पण अभ्यासाच्या कटकटीतून मुक्त होताच ते नाट्यलेखनाकडे वळले. 'ललितकलादर्श'च्या रंगभूमीवर आलेल्या 'श्री' या त्यांच्या पहिल्या नाटकानं बरीच खळबळ उडवली; लोकप्रियता मिळवली. या नाटकात बन्याबापूंची प्रतिभा गडकऱ्यांच्या छायेखाली वावरत असल्याचा अनेकदा भास होत असला, तरी 'कुसुमाकर' या पात्राच्या स्वभावचित्रणात तिची स्वतंत्र चमक मोठ्या मनोज्ञ रितीनं प्रकट झाली आहे. कठोर शिस्तीचा भोक्ता असलेला पिता, त्याचा स्वतंत्र आणि भावनाशील वृत्तीचा पुत्र आणि त्या पिता-पुत्रांमधला नियतीनंच निर्माण केलेला संघर्ष यांचं बन्याबापूंनी 'श्री'मध्ये केलेलं चित्रण जितकं जिवंत, तितकंच नावीन्यपूर्ण होतं. राहून-राहून माझ्या मनात येतं, हा संघर्ष केंद्रस्थानी कल्पून बन्याबापूंनी या प्रभावी नाट्याचा विकास केला असता, तर मराठी रंगभूमीला नवं वळण लावण्याचं श्रेय निःसंशय त्यांच्या पदरात पडलं असतं.

बन्याबापू पदवीधर आणि नाटककार होण्यापूर्वी कितीतरी आधी (१९१७ साली) त्यांचा-माझा संबंध संपुष्टात आला. भांडण होऊन नव्हे; नियतीच्या इच्छेमुळे मला कोकणात जावं लागलं. ते पुण्याला राहिले. एकमेकांच्या सोबतीनं जाणाऱ्या दोन प्रवाशांचे मार्ग अचानक निरनिराळे व्हावेत, तसं हे घडलं. मात्र कोकणातल्या एका बाजूच्या खेडेगावात बसून, लेखनक्षेत्रातल्या बन्याबापूंच्या कर्तबगारीकडे मी

मोठ्या उत्सुकतेनं पाहत होतो. नवनाटककार म्हणून बन्याबापूंच्या झालेल्या उदयाला चांगला मुहूर्त लाभला नव्हता, हेच खरं! १९३० नंतर हळूहळू मराठी नाटकमंडळी आपला गाशा गुंडाळू लागली. 'सज्जन' व 'स्त्रीपुरुष' अशी दोन नाटकं या संधिकाळात बन्याबापूंनी लिहिली. ती रंगभूमीवर आली, पण जशी आली तशी निघून गेली! 'कुसुमाकर' निर्माण करणाऱ्या प्रतिभेचं दर्शन त्यात कुठेच घडलं नाही. जमाना झपाट्यानं बदलू लागला. रंगभूमीला नवं वळण लावण्याची 'नाट्यमन्वंतर'नं धडपड केली. पण ती अल्पकाळ! आपल्या भात्यात विडंबनशक्तीसारखे एकाहून एक अमोघ असे बाण असलेले अत्रे तेवढे त्या अवकाळाच्या घोड्यावर स्वार होऊ शकले; बन्याबापू लहानपणापासून लाडात वाढलेले; नकळत थोडे एककल्ली बनून गेलेले. मनानं गडकऱ्यांच्या काळात वावरणारे. प्रतिकूल काळानं रंगभूमीला दिलेलं आव्हान स्वीकारण्याचं साहस त्यांच्या आत्मकेंद्रित वृत्तीत नव्हतं. या काळात रंगभूमीपासून ते जे दूर गेले ते कायमचेच! त्यांचं नाटकावरलं प्रेम अढळ राहिलं. नाट्यवाचन खंडित झालं नाही. पण लेखणीनं 'श्री'च्या वेळची उभारी पुन्हा कधी दाखविली नाही. कालांतरानं 'शस्त्रसंन्यास' व 'चिरंजीव शारदा' ही दोन नाटकं त्यांनी लिहिली, पण मराठी रसिकांना त्यांचा फारसा पत्ता लागला नाही!

आपल्याकडे नाटकं पाहणारे पुष्कळ! पण ती उत्कटतेनं वाचणारे थोडे. नाट्यवाचन हा कादंबरीवाचनाइतकाच आनंददायक, उद्बोधक आणि अंतर्मुख करणारा अनुभव होऊ शकतो, हे अजून आपल्याला फारसं पटलेलं नाही. ही जाणीव मराठी वाचकांत असती तर त्यांच्याकडून 'चिरंजीव शारदे'चं थोडंफार कौतुक होण्याचा संभव होता. कारण, या नाटकातली मध्यवर्ती कल्पना जितकी मार्मिक, तितकीच मर्मभेदक आहे. देवलांची शारदा रंगभूमीवर अवतरल्याला सत्तर वर्षं होऊन गेली, पण एकोणिसाव्या शतकाच्या अखेरीस लग्नाच्या बाबतीत उपवर मुलींची होणारी कुतरओढ अजूनही चालूच आहे. बदलत्या काळाबरोबर माणसं बदलल्यासारखी वाटतात! पण हे बदल बहुधा बहिरंगापुरते मर्यादित असतात. त्यामुळे आपल्या समाजातील उपवर मुलींचं दु:ख–ते आज वेष बदलून वावरत असलं तरी– पूर्वींइतकंच दाहक राहिलं आहे. बन्याबापूंनी बदलत्या कालखंडाची चित्रणं करून या नाटकात हे दिग्दर्शित केलं आहे.

१९३५ नंतर बन्याबापूंनी थोडंफार लेखन केलं. पण या काळात ते वावरत राहिले ते लेखनसंन्यास घेतल्यासारखे. विशी-पंचविशीत मोठ्या उमेदीनं कथा लिहिणाऱ्या आणि विजयी मुद्रेनं रंगभूमीवर पहिलं पाऊल टाकणाऱ्या या गडकरी-शिष्यानं पुढल्या काळात असं उदासीन का व्हावं, हे मोठं कोडं आहे. ते सोडवू लागलं की, अनेक गुंतागुंतीचे प्रश्न मनात गर्दी करतात. जिला आपण प्रतिभा म्हणतो, ती निर्मितीची शक्ती एखाद्या नदीप्रमाणे विशाल होत होत समुद्राला

मिळेपर्यंत वाहात राहते की, मधेच तिचा प्रवाह क्षीण होऊन एखाद्या वाळवंटात लुप्त होतो? ही क्षीणता कशामुळे निर्माण होते? काळ बदलताच, अनोळखी प्रदेशात आल्यासारखं वाटावं, इतका एखादा लेखक विशिष्ट कालखंडाशी बांधला जाऊ शकतो काय? प्रकृतीचं अस्वास्थ्य, आर्थिक विवंचना, सांसारिक दु:खं इत्यादी कारणं कलाकाराच्या निर्मितीच्या आड किती प्रमाणात येतात? बन्याबापूंच्या लेखनाला ओहोटी लागण्याची कारणं कोणतीही असोत, 'श्री' लिहिणाऱ्या लेखकाची लेखणी अकाली मुकी झाली याची मनाला चुटपूट लागल्यावाचून राहत नाही.

बन्याबापूंच्या साहित्यवैराग्याला प्रकृतीचं अस्वास्थ्य किंवा सांसारिक संकटं या गोष्टी कारणीभूत झाल्या असतील, असं वाटत नाही. सरोजिनीवहिनींसारखी सुविद्य, संसारदक्ष, साहित्यप्रेमी आणि स्वत: लेखिका असलेली पत्नी लाभल्यामुळे, सर्वसामान्य सांसारिकांना भोगाव्या लागणाऱ्या अनेक दु:खांची शल्यं बन्याबापूंच्या बाबतीत बोथट झाली. या दृष्टीनं ते भाग्यवान होते. लहानपणी वडिलांनी त्यांना तळहातावरल्या फोडाप्रमाणे सांभाळलं. पुढच्या संसारी जीवनात सरोजिनीवहिनींनी फुलासारखी त्यांची जपणूक केली. हे सारं ठाऊक असल्यामुळे पुन्हा-पुन्हा एकच प्रश्न माझ्यासमोर उभा राहतो : आपल्या विशिष्ट पद्धतीनं बन्याबापू शेवटपर्यंत लिहित का राहिले नाहीत? त्यांच्याजवळ मराठी नाट्य आणि साहित्य यांच्यासंबंधीच्या कितीतरी आठवणी होत्या–रंजक, बोधक आणि स्फोटक. पण या आठवणींचं भांडार त्यांनी मराठी वाचकांसाठी कधीच खुलं केलं नाही. ते का? भोवताली घडणाऱ्या बऱ्यावाइटाचं सूक्ष्म निरीक्षण करण्याची त्यांची शक्ती शेवटपर्यंत कायम होती. केव्हा एखादी कोटी करीत, तर केव्हा रेशमी चिमटा काढीत आपलं मनोगत व्यक्त करण्याची त्यांची खास शैली होती पण घराच्या चार भिंतींतच ती अडकून राहिली. व्यासपीठावरून बोलायलाही ते फारसे उत्सुक नसत. लेखनाला अधिक मोल आणि महत्त्व आलेल्या या काळात बन्याबापूंनी मौन का स्वीकारलं? त्याच्या मुळाशी काय होतं? आळस, वैराग्य की दुसरं काही?

१९१७च्या प्रारंभीच मी कॉलेज सोडून कोकणात गेलो. आम्हा दोघांच्या भेटीगाठी होणं अशक्य झालं. पत्रव्यवहारही राहिला नाही. १९३८मध्ये मी कोल्हापूरला आलो. बन्याबापू तेव्हा सांगलीत होते. मैलांनी मोजायच्या अंतराच्या दृष्टीनं आम्ही पुन्हा जवळ आलो होतो पण मधल्या वीस वर्षांत सुकलेली स्नेहाची वेल चटकन पालवली नाही. ती हिरवीगार झाली गेल्या काही वर्षांत. दोघांचंही दुसरं बालपण सुरू झाल्यावर.

मधल्या दुराव्याचं कारण सांगणं मोठं कठीण आहे. आमच्यात अंतराय उत्पन्न करणारे एक-दोन प्रसंग घडले होते, नाही असं नाही; पण त्यांचा या दुराव्याशी संबंध असेल असं वाटत नाही. त्यातला एक प्रसंग तर फार फार जुना, १९१५

सालचा. स्वत:च्या बळावर आपलं उच्च शिक्षण पार पाडावं म्हणून मी 'रमणीरत्न' हे नाटक लिहिलं. सतराव्या वर्षी ही प्रसूती झाल्यामुळे मला त्या वेळी एक प्रकारचा उन्माद वायू झाला असावा! (ते नाटक किती गचाळ होतं, हे माझ्या लक्षात यायला एकदोन तपं जावी लागली) त्या भरात गडकऱ्यांचा अधिक्षेप करणारे उद्गार माझ्या तोंडून निघून गेले. आंधळेपणानं माझ्या नाटकाचं कौतुक करणाऱ्या काही दोस्तांनी तिखट-मीठ लावून ते बन्याबापूंना सांगितले. त्यामुळे ते माझ्यावर संतापले. मात्र या गोष्टीचा मला परवापरवापर्यंत पत्ता नव्हता; तो १९६२ साली लागला– 'अप्रकाशित गडकरी' हे पुस्तक वाचताना. या पुस्तकात बन्याबापूंनी गडकऱ्यांना लिहिलेलं १४ मे १९१५ चं एक पत्र छपलं आहे. त्या पत्राचा नायक–नायक म्हणण्यापेक्षा खलनायक–मी आहे; सारं पत्र माझ्या 'रमणीरत्न' नाटकाविषयी आहे. या पत्राच्या उपांत्य परिच्छेदात बन्याबापू गडकऱ्यांना लिहितात, ''भाऊ खांडेकर आजच दोन प्रहरी साडेबाराच्या गाडीनं पुण्यास जाणार आहे. तो आपल्याकडे येईलच. अथवा हे पत्र वाचत असताना तो जवळच असेल. पण सदर पत्र त्याच्या हातात पडणार नाही अशी आशा आहे. तो गोडबोल्या आहे. आपणही त्याच्या बोलण्यानं भाळता (असं मर्यादा बाजूला ठेवून म्हणतोच) पण आपल्याला फिरून बजावून सांगतो की, त्याचं नेहमी आत एक व बाहेर भलतंच असतं, असा माझा अनुभव आहे.''

दुसरा प्रसंग १९४३ साली घडला. सांगलीला साहित्य संमेलनाबरोबर नाट्यसंमेलन भरायचं होतं. या नाट्यसंमेलनाचं स्वागताध्यक्षपद सांगलीशी संबंध असलेल्या साहित्यिकाकडे जाणं क्रमप्राप्त होतं. त्याप्रमाणे बन्याबापूंचं नाव पुढं आलं पण तो पसंत नसणारा साहित्यप्रेमी मंडळींचा एक गट सांगलीत होता. त्यानी माझं नाव पुढे केलं. आम्हा दोघांत निवडणुकीचा सामना होणार, अशी परिस्थिती निर्माण झाली. स्वागताध्यक्ष होण्यात मला काही रस नव्हता आणि दोन बालमित्रांनी निवडणूक लढवावी, ही गोष्ट तर मला अधिकच खटकत होती. पण माझा पुरस्कार करणारे सांगलीचे मित्र आपला हट्ट सोडीनात. दीर्घकाळ बन्याबापू व मी परस्परांपासून दूर गेल्यामुळे, निग्रहानं आपलं नाव मागं घेण्याचा मार्ग मी चोखाळू शकलो नाही. सुदैवानं सांगलीचे कवी साधुदास, गणपतराव गोडबोले वकील वगैरे मंडळींनाही या सामन्यातलं अनौचित्य जाणवलं. साधुदास व गणपतराव माझ्याकडे आले. या विषयाचा त्यांनी प्रस्ताव करताच मी त्यांना म्हणालो, ''बन्या माझा बाळमित्र आहे. त्याला विरोध करण्याची माझी काडीचीही इच्छा नाही. मी माझं नाव मागे घेतो.''

असली अभ्रं नाहीशी होऊन आमची बालमैत्री गेल्या काही वर्षांत पुन्हा उजळली. दोघांच्याही दृष्टीनं ती सुखप्रद ठरली. आपण बेफिकीर आहोत असं बन्याबापू बाह्यत: दाखवीत असले तरी मनानं ते हळवे होते. त्यामुळे मधल्या दीर्घ

काळाच्या दुराव्यानं आमची मैत्री दुभंगली असं अनेकांना वाटलं तरी अंतरंगी ती अभंगच राहिली होती. दोन वर्षांपूर्वी मिरजेला माझ्या मुलाचं एक ऑपरेशन झालं. त्यावेळी सरोजिनीवहिनी जशा त्याच्या समाचाराला मोठ्या वात्सल्यानं गेल्या, तसाच तो बरा होऊन पत्नीसह बन्याबापूंना भेटण्याकरता गेला, तेव्हा तिचा उल्लेख 'सूनबाई' या संबोधनानंच त्यांनी केला.

गेल्या ३१ मेची गोष्ट. मिरजेच्या वसंत व्याख्यानमालेत गडकऱ्यांवर माझं व्याख्यान होतं. सभा-समारंभाविषयी सामान्यत: उदासीन बन्याबापूंनी त्या दिवशी अध्यक्ष होण्याचं मान्य केलं. माझ्या भाषणानंतर ते पाच-दहा मिनिटंच बोलले. पण बोलता-बोलता, आपण सभास्थानी आहोत हे त्यांचं भावनाशील मन विसरलं; आणि मला उद्देशून ते उद्‌गारले, ''धाकट्या भावा, झाला आहेस त्याहून मोठा हो!'' ते उद्‌गार ऐकताच, आपण अध्यक्षीय समारोप ऐकत आहो की राजसंन्यासातल्या साबाजीचे भावपूर्ण उद्‌गार ऐकत आहो, असा क्षणभर मला संभ्रम पडला.

त्या सभेनंतर सुमारे अर्धा तास 'खरे स्मारक मंदिरा'त आम्ही गप्पा मारीत बसलो होतो. मग घरी जायला निघालो. निरोप घेताना, बन्याबापूंची नि माझी ती शेवटची भेट असेल, अशी शंकासुद्धा मनाला शिवली नाही. घशाच्या कर्क रोगावर मात करून त्यांची प्रकृती चांगली सुधारली होती. त्यांच्या बोलण्या-चालण्यात पूर्वीचा जोम दिसू लागला होता. पण जीवनाच्या मार्गावर पावलापावलाला एक कोपरा असतो आणि त्या कोपऱ्यावर मृत्यू दबा धरून बसलेला असतो, हेच खरं! १३ डिसेंबर १९६९ रोजी झोपेतच बन्याबापूंचं देहावसान झालं.

ही दु:खद वार्ता कळली तेव्हा बाळपणीच्या साऱ्या साऱ्या आठवणी मनात जाग्या झाल्या. व्यवहाराच्या दृष्टीनं पाहिलं तर आम्ही परस्परांकरता काही करू शकलो नव्हतो पण भावनेच्या दृष्टीनं आम्ही एकमेकांना काहीतरी दिलं होतं. ते काय होतं हे शब्दांनी सांगणं कठीण आहे. ओसाड वाळवंटात दूरच्या जलाशयावरून येणारा गार वारा मिळाला तरीसुद्धा प्रवाशाला हुशारी वाटू लागते. वाळवंट तुडवीत जाण्याची हिंमत त्याच्या अंगी येते. या मृत्युलोकात प्रेम, स्नेह, मैत्री या भावना त्या शीतल वायुलहरींसारख्या असतात! आणि मैत्रीत जर अगदी निरागस अशी कुठली मैत्री असेल तर ती बालमैत्री–चंद्रावर पाऊल पडलं, तरी जी चांदूमामाचं गाणं विसरत नाही!

★ ★ ★

१२

रसिक सन्मित्र : नी. गो. पंडितराव

६ नोव्हेंबरला नाटककार शुक्ला कोल्हापूरला आले होते. नेहमीप्रमाणे आम्ही दोघांनी साहित्याच्या आणि कौटुंबिक सुखदुःखाच्या गोष्टी दिलखुलासपणे केल्या होत्या. त्यावेळी शुक्लांनी माझा जो निरोप घेतला तो शेवटचा होता हे आमच्या ध्यानीमनीही आलं नाही. मधल्या काळातल्या शुक्लांच्या आजारपणाची मला काहीच माहिती नव्हती. दि. २८ जानेवारीच्या वृत्तपत्रात त्यांच्या निधनाची वार्ता आली. त्या वार्तेवर काही क्षण माझा विश्वासच बसेना! त्या धक्क्यातून मन थोडं सावरतं न सावरतं तोच गेल्या शुक्रवारी (दि. ३ फेब्रुवारी) नी. गो. पंडितराव शाळेत 'मृत्यु' हा धडा शिकवीत असताना छातीत कळ येऊन दिवंगत झाल्याची दुःखद वार्ता वाचली. मन सुन्न होऊन गेलं. एका आठवड्यात साहित्यातील दोन जवळचे नातेवाईक मला सोडून गेले होते. मी 'पद्मभूषण' झाल्याबद्दल पंडितरावांचं आनंदानं ओथंबलेलं पत्र मला येतं काय आणि त्याची साधी पोच माझ्याकडून जाण्यापूर्वी पूर्वसूचना नसताना त्यांना या जगाचा तडकाफडकी निरोप घेऊन जावं लागतं काय! कशाचाच अर्थ मनाला लावता येईना!

नी. गो. पंडितरावांचा माझ्याशी परिचय झाला तो १९३४-३५ साली. त्यावेळी फुरसं चावल्यामुळे होणाऱ्या त्रासावर उपचार करून घेण्याकरिता मी पुण्याला वारंवार जात होतो. सलग दोन, दोन महिने तिथे राहत होतो. इंग्रजीचे उत्कृष्ट प्राध्यापक म्हणून फर्ग्युसनचे प्रा. गोकाक यांचा लौकिक तेव्हा पसरू लागला होता. नी. गो. पंडितराव हे त्यांचे एक आवडते शिष्य. कोल्हापूरहून मुद्दाम पुढील कॉलेज शिक्षणासाठी पुण्याला आलेले, मुळातच काव्यात्म वृत्तीचे. शेलीचे परमभक्त. आंदे मोखाचे 'एरियल' हे शेलीचं सुरस चरित्र चरित्रलेखनाचा नवा नमुना

नी. गो. पंडितराव । १०१

म्हणून त्या वेळी फार लोकप्रिय झालं होतं. पंडितराव व त्यांचे साहित्यप्रेमी विद्यामित्र यांनी 'एरियल सर्कल' या नावाचं एक मंडळ काढलं होतं. या मंडळाच्या बैठकीत बोलण्याचे निमंत्रण देण्याकरिता पंडितराव प्रथम माझ्याकडे आले होते.

त्या पहिल्या भेटीतच विशीच्या उंबरठ्यावर उभ्या असलेल्या या बुटक्या, हसतमुख तरुणाचं भावुक, स्वप्नाळू, मन माझ्या चांगल्या परिचयाचं झालं. साहित्यप्रेमानं आणि साहित्यातील प्रिय दैवतांच्या भक्तीनं असं फुलून गेलेलं तरुण मन त्यापूर्वी मी क्वचितच पाहिलं होतं. त्यांचा उत्साह तर नुसता उतू जात होता. मराठी व इंग्रजी या दोन्ही साहित्यांतील श्रेष्ठ साहित्यिकांचं त्यांचं वाचन वयाच्या मानाने विस्तृत आणि खोल होतं. त्यांचं हे साहित्याचं वेड जन्मजात असावं. महाविद्यालयात प्रवेश केला न् केला तोच कथा वाङ्मयाला वाहिलेल्या त्या काळच्या 'यशवंत' मासिकाने योजलेल्या कथास्पर्धेत त्यांनी भाग घेतला होता. ('शेवग्याच्या शेंगा' या गोष्टीला प्रथम पारितोषिक मिळून कै. य. गो. जोशी यांच्या लोकप्रियतेला भरती आली ती या अंकाद्वारेच) या स्पर्धेकरिता आलेल्या शेकडो गोष्टींतून ज्या निवडक कथा त्या अंकात छापण्यात आल्या होत्या त्यात पंडितरावांची गोष्ट होती. एवढं सांगितलं तरी त्यांच्या लेखनशक्तीची कुणालाही कल्पना येईल.

'एरियल सर्कल'च्या निमित्तानं पंडितरावांशी झालेला परिचय पुढे वाढला तो दोन गोष्टींमुळे. एक चित्रपट दाखविण्याकरिता मोठ्या आग्रहानं ते मला आणि प्रा. गोकाक यांना घेऊन गेले. चित्रपट बेताचाच होता. त्यातला नायक चित्रकार होता, असं काहीतरी अंधुक आता आठवतं. मात्र त्या चित्रपटाविषयीच्या दोन गोष्टी मात्र पक्क्या स्मरणात आहेत. त्यातल्या नायकाचं काम केलं होतं विनायकांनी, नायिका होत्या रतनबाई. त्या बाईंचा गुडघ्याच्या खाली पोचणारा मुक्त लांबसडक केशकलाप प्रेक्षकांना विसरू म्हटलं तरी विसरणं शक्य नव्हतं. तो चित्रपट पाहिल्यानंतर पंडितरावांशी माझं जे बोलणं झालं त्यावरून साहित्याप्रमाणे चित्रपटांविषयीही त्यांना विलक्षण आकर्षण आहे आणि या क्षेत्रातल्या त्यांच्या मोजक्या दैवतांपैकी विनायक हे एक दैवत आहे हे माझ्या लक्षात आलं.

त्यावेळी त्यांचं असंच दुसरं दैवत होते माधवराव बागल. कोल्हापूरच्या तत्कालीन राजकीय व सामाजिक चळवळीचे बागल एक पुढारी होते पण बागलांची मला काही माहिती नव्हती. पंडितराव त्यांच्या सहवासात आलेले होते. त्यांच्या सार्वजनिक चळवळींनी भारून गेले होते. पुढे लवकरच बागलांच्या कथासंग्रहाला मी प्रस्तावना लिहिली ती पंडितरावांच्या आग्रहामुळेच.

मात्र त्यांचा माझा अगदी निकटचा संबंध आला तो 'हंस पिक्चर्स'करिता मी लिहिलेल्या छाया' या चित्रपटाचं शूटिंग सुरू झाल्यानंतर. 'हंस पिक्चर्स' ही केवळ एक धंदेवाईक चित्रपट कंपनी नव्हती. चित्रपटसृष्टीत काहीतरी नवीन, चांगलं करून

दाखविण्याच्या ईर्षेने प्रेरित झालेल्या अनेक मंडळींचं ते एक कुटुंब होतं. या कुटुंबाशी पंडितराव पहिल्यापासूनच समरस झाले होते. विनायकराव, त्यांची आई, त्यांची बहीण, या सर्व मंडळींशी पूर्वीपासून त्यांचा जिव्हाळ्याचा संबंध होता. साहित्यप्रेम आणि कलाप्रेम या दोन धाग्यांप्रमाणे 'हंस पिक्चर्स'च्या कौटुंबिक भावनेच्या धाग्यानंही त्यांना आम्हा सर्वांशी गुंफून टाकलं होतं. 'हंस पिक्चर्स'च्या चार वर्षांच्या काळात पंडितराव हे केवळ कंपनी कुटुंबातीलच नव्हे तर आम्हा सर्वांच्या कुटुंबातीलही अगदी अंतर्वर्तुळातील व्यक्ती या नात्यानं वावरत असत. त्यांची हुशारी, त्यांचं वाचन, त्यांच्या स्वभावातील गोडवा आणि 'हंस पिक्चर्स'मधल्या प्रमुख व्यक्तींविषयी त्यांना वाटणारा तारुण्यसुलभ भक्तिभाव यामुळे कथेच्या गुणावगुणापासून कंपनीतल्या नाना प्रकारच्या भांडणांपर्यंत सर्व गोष्टींत पंडितरावांचं मत घेतलं जाई.

इंग्रजी साहित्याचं त्यांचं वाचन त्यावेळीही सुरू होतं. त्यांची रसिकता, भावाकुलता आणि देशभक्तीपासून चित्रपटकलेपर्यंत कुठेही सौंदर्याचा, सामर्थ्याचा अथवा साधुत्वाचा उत्कट आविष्कार झाला की, त्याच्या दर्शनानं उचंबळून जाणारी त्यांची मनोवृत्ती यांचं ओझरतं दर्शन झालं नाही असा एकही दिवस जात नसे. ग्रेटा गार्बो ही त्यांची आवडती नटी, हार्डी हा आवडता कादंबरीकार (Letters from prison) हे टोलरचं पुस्तक प्रथम त्यांच्याकडून विनायकरावांना आणि विनायकरावांकडून मला परिचित झाल्याचं आठवतं. त्यांचं काव्यात्म मन जणूकाही या सर्व धुंदीतच जगत असे. त्यांचे वडील प्राथमिक शिक्षक होते. पंडितरावांना इंग्रजी घेऊन वरच्या वर्गात एम.ए होणं आणि प्राध्यापक बनणं फारसं कठीण नव्हतं. पण बागेतल्या चित्रविचित्र रंगांच्या फुलपाखरांमागं धावताना लहान मुलाला जसा घराचा विसर पडावा तशी त्या काळात त्यांना कठोर व्यवहाराची आठवण होत नसे. त्यांचं अक्षर चांगलं, इंग्रजी चांगलं. व्यवस्थापनापासून, कथाचर्चेपर्यंत सर्व गोष्टींत जरूर लागेल त्याप्रमाणे ते भाग घेत असत. पण कलानंदाच्या आणि कौटुंबिक भावनांच्या भरात आपण पुढे काय करणार आहोत याचा त्या काळात, त्यांनी फारसा विचारच केला नाही!

'हंस पिक्चर्स'मधील कौटुंबिक भावना हे एक दृष्ट लावण्याजोगं सुंदर स्वप्न होतं. अपूर्ण मानव आणि कठोर व्यवहार यांच्या कार्यात असली स्वप्नं हां– हां म्हणता कातरली जातात. १९४० च्या आगेमागे एकत्रित झालेल्या मंडळींची हीच गत झाली. सहप्रवासी पांगले. जो तो आपल्या पाऊलवाटेनं पुढे चालू लागला. पंडितरावांची अवस्था त्रिशंकूसारखी झाली. कंपनीत त्यांचं निश्चित असं काम फार थोडे दिवस होतं. बाबूराव व विनायकराव या दोघांच्याविषयी त्यांच्या मनात सारख्याच प्रकारची निष्ठा होती. व्यवहाराच्या भूमीवर पाय स्थिरावले नसल्यामुळे

या रस्सीखेचीत त्यांची फार ओढाताण झाली. त्यांचं साहित्यप्रेम, त्यांची वक्तृत्व शैली, जे-जे रम्य, भव्य किंवा उत्कट असेल त्याच्याविषयी त्यांना वाटणारा भक्तिभाव आणि त्यांची बालसुलभ ऋजुता या सर्व गोष्टींमुळे ते उत्तम शिक्षक होतील असं मला नेहमीच वाटत आलं होतं. कोल्हापुरात बीटीच्या शिक्षणाची सोय असल्यामुळे त्यांनी चटकन बीटी व्हावं आणि अध्यापकाचा पेशा पत्करावा, असं मी त्यांना त्यावेळी आवर्जून सांगितलं पण त्यांना तो सल्ला पटला नाही. त्यांच्या स्वप्नाळू मनाच्या पंखांना उंच आकाशात भिरभिरत राहण्याची हौस होती. एखाद्या झाडावर आपलं घरटं बांधावं आणि दररोजचा चारा आणून निवांतपणे आपली पिलं सांभाळावीत हे त्या पंखांना पटत नव्हतं.

त्यामुळे पंडितरावांचा आठ-दहा वर्षांचा काळ अस्थिरतेत गेला. चांगला पत्रकार व्हायला लागणारे काही गुण त्यांच्यापाशी होते. कोल्हापुरात व मुंबईत ते या व्यवहारात काही काळ वावरलेही. पण या बाबतीतले त्यांचे अनुभव सुखप्रद नव्हते. शेवटी ते शिक्षकाच्या व्यवसायाकडे वळले. त्यांचं जे हरपलं होतं ते त्यांना या व्यवसायात सापडलं. गेल्या एक-दोन वर्षांतीलच गोष्ट असेल. ठाण्याच्या आपल्या हायस्कूलमधील मुलं घेऊन ते सहलीला निघाले होते. संध्याकाळी कोल्हापूरला आल्यावर रात्री आठ वाजता आपली काही मुलं घेऊन ते माझ्याकडे आले. घटका दोन घटका आम्ही सर्व मोकळेपणाने गप्पा मारीत बसलो. कॉफी घेता घेता मी पंडितरावांकडे पाहिलं. १९३५-४०मध्ये त्यांची मुद्रा जशी उत्साहानं प्रफुल्लित झालेली दिसे तशीच यावेळी ती मला फुललेली दिसली. त्यांचं मुलांविषयीचं वात्सल्य, मुलांना त्यांच्याविषयी वाटणारा आदर, गुरु-शिष्यांसंबंधीचे दिवसेंदिवस दुर्मिळ होऊ लागणारं हे दर्शन त्या रात्री मी ओझरतंच पाहिलं आणि मला मोठं समाधान वाटलं. एका बुद्धिवान, काव्यात्म, मांगल्यपूजक आत्म्याची मधली ससेहोलपट थांबली होती. गलबत निवाऱ्याच्या बंदरात आलं होतं.

आपल्या या शिक्षकी पेशात पंडितराव मनापासून रमले होते. अगदी रंगून गेले होते. मुग्ध मने झुलविण्याचा दैनंदिन आनंद ते उपभोगीत होते. आपल्या विद्यार्थ्यांच्या मनोविकासासाठी काय करू आणि काय नको असं त्यांना होऊन गेलं होतं. पूर्वी जसे ते साहित्यात आणि चित्रपटात हे आपलं जग म्हणून समरस झाले होते. त्याप्रमाणे त्या दोन्ही जगांहून सर्वस्वी भिन्न अशा शाळेच्या जगाशी ते एकरूप होऊन गेले. एकेकाळी ते 'हंस पिक्चर्स'च्या कुटुंबातले अगदी जवळचे आप्त होते. आता ते ठाण्याच्या मो. ह. विद्यालयाच्या कुटुंबाचेसुद्धा तसेच निकटचे नातेवाईक झाले होते.

पंडितरावांना आंतरिक समाधान मिळेल असं कार्यक्षेत्र लाभलं होतं. पैसा किंवा प्रतिष्ठा यांच्या पाठीमागे हपापित धावण्याचा त्यांचा प्रकृतिधर्म नव्हता. सत्य, सुंदर

आणि शिव यांची दैनंदिन जीवनात चाड वाळगणाऱ्या विरळ मंडळींपैकी ते होते. आदर्शांची पूजा, भावनांची जपणूक हा त्यांच्या मनाचा स्थायीभाव होता. अशा माणसांचं नुसतं अस्तित्वसुद्धा समाजाचे कल्याण करू शकतं. पंडितराव तर मुग्ध मनांची जडणघडण करणाऱ्या एका पवित्र व्यवसायात होते. त्यांच्या आयुष्याची दोरी अशी अचानक तुटायला नको होती! कुटुंबीयांना, विद्यार्थ्यांना, माझ्यासारख्या अनेक चाहत्या मित्रांना सोडून अगदी अवेळी या जगाचा निरोप घेण्याची पाळी त्यांच्यावर नियतीने आणायला नको होती!

पण मृत्युपुढे मनुष्य दुर्बळ आहे, अगतिक आहे, हेच खरं. पंडितरावांसारख्या जगाला हव्याहव्याशा वाटणाऱ्या माणसाला त्यानं अचानक उचलून नेलं. म्हणजे श्रीपाद कृष्णांच्या एका वाक्याची मला राहून-राहून आठवण होते–

'मृत्यु हाच जर मृत्युचा विजय असता तर किती बरे झाले असते!'

★ ★ ★

नी. गो. पंडितराव । १०५

१३

संस्कृत-मराठी अनुवादक :
श्री. भि. वेलणकर

सृष्टिचक्र अविरत फिरत असलं तरी त्याचे अनेक चमत्कार पुन: पुन्हा पाहूनही त्याविषयी माणसाला वाटणारे आनंदयुक्त कौतुक कधीही कमी होत नाही. मानवी जीवन याचसारखं आहे. आयुष्याचा मार्ग ठराविक चाकोरीतून आक्रमण करणाऱ्या बहुसंख्य लोकांच्या जीवनात नाट्य आणि तत्त्वज्ञान ही सुप्त स्वरूपात वास करीत असतात. पण हे विशेष प्रकर्षानं प्रकट होतात ते प्रतिभेची, बुद्धिमत्तेची, संवेदनशीलतेची, कोकीळकंठाची किंवा अशीच एखादी दैवी देणगी बनणाऱ्या व्यक्तीच्या जीवनक्रमात!

या महिन्यात ज्यांची षष्ट्यब्दिपूर्ती होत आहे, असे श्री. भि. वेलणकर यांची गणना अशाच निवडक व्यक्तींत होईल.

तो दिवस – दिवस म्हणण्यापेक्षा रात्र म्हणणेच योग्य होईल – अजून मला आठवते. खूप लांबचा प्रवास करून मी पुण्याला आलो होतो. प्रकृतीच्या प्रतिकूलतेमुळे मला विश्रांतीची फार गरज होती. पण त्या दिवशी – रात्री... श्री. भि. वेलणकर यांच्या 'सौभद्र'च्या संस्कृत अनुवादाचा प्रयोग पुण्यात आहे असं कळलं. बाळपणीचं माझं नाटकवेड व संस्कृतप्रेम ही दोन्ही जणू उफाळून वर आली. जागरण सोसवत नसतानाही त्या रात्री मी 'सौभद्र'च्या संस्कृत प्रयोगाचा आस्वाद घेतला. हा प्रयोग पाहताना राहून-राहून मनात येत होतं. किर्लोस्करांनी १८८०च्या सुमारास मराठी रंगभूमीला जे नवं स्वरूप दिलं ते संस्कृत 'शाकुंतल'चा मराठी अनुवाद रंगभूमीवर आणून. त्यानंतर त्यांनी 'सौभद्र' लिहिलं. 'सौभद्र'च्या लेखनाच्या वेळी आपलं हे नाटक रंगभूमीवर संस्कृतमध्ये केलं जाईल अशी कल्पनाही त्यांच्या मनाला त्यावेळी शिवली नसेल. पण हा चमत्कार वेलणकरांच्या अनुवाद कौशल्यामुळे घडून आला होता. आधीच 'सौभद्र' हे मोठं गोड आणि बांधेसूद नाटक. त्यात

संस्कृत रंगभूमीला सुपरिचित असलेली प्रेमकथा असली तरी तिला अपरिचित अशा विनोदी पद्धतीनं तिची मांडणी किर्लोस्करांनी केलेली. जी अत्यंत स्वाभाविक अशा विनोदाला मधुर संगीताची जोड देऊन केली गेली होती. आकाशात अचानक इंद्रधनुष्य उमटावं आणि त्यानं खालून लहान-थोरांची दृष्टी आपल्याकडे आकर्षून घ्यावी तशी या नाटकानं १८८०-८३तल्या मराठी प्रेक्षकांची स्थिती केली. मोरोबा वाघोलीकर 'अर्जुन', बाळकोबा नाटेकर 'कृष्ण', आणि भाऊराव कोल्हटकर 'सुभद्रा' यांच्या त्रिवेणी संगमानं हे नाटक प्रेक्षकांना कसं मंत्रमुग्ध करून ठेवीत असे याच्या आठवणी माझ्या लहानपणी मी आजोबांकडून ऐकल्या आहेत.

संस्कृत 'सौभद्र' पाहायला जाताना माझ्या मनापुढे एक प्रश्न होता. इंद्रधनुष्यासारखं सुंदर असणारं पण त्यानी मिळालेल्या क्षणिकतेच्या शापातून मुक्त झालेलं चार-पाच पिढ्यांचे हे आवडतं नाटक संस्कृतमध्ये त्याच दिमाखानं उभं राहील का? पण नाटकाचा प्रयोग सुरू झाला आणि विद्यार्थीदशेपासून संस्कृतची गोडी असलेल्या माझ्यासारख्यांची गोष्ट तर सोडाच, पण ज्यांच्या कानावर संस्कृत फक्त गीतापाठ, लघुरुद्र, महारुद्र किंवा विवाहातले मंत्र अशा रूपातच पडलं असेल ते प्रेक्षकही नाट्यप्रयोगात हा-हा म्हणता रंगून गेले. वेलणकरांनी केलेला 'सौभद्र'चा अनुवाद इतका सुबोध, प्रसन्न व रसाळ होता की, ठिकठिकाणी आपण मराठीतलं 'सौभद्र'च पाहत आहोत असा भास होऊन जाई. नाटकातल्या प्रत्येक पदाची चाल कायम ठेवून अनुवादकानी केलेला रसपूर्ण अनुवाद – हे मराठी आहे का संस्कृत आहे असं वाटण्याजोगा – सुंदर झाला होता. 'नच सुंदरी करू कोपा' या ओळीनं प्रारंभ होणारं कृष्णाचं पद 'मा सुंदरिकारू कोपम्' या शब्दात कानावर पडलं तेव्हा वेलणकरांचं संस्कृत भाषेवरलं प्रभुत्व दृष्ट लागण्याजोगंच आहे असंच प्रत्येक प्रेक्षकाच्या मनात येऊन गेलं असावं.

वेलणकरांची संस्कृतची आवड अगदी उपजत म्हणावी लागेल. शिवाय बुद्धिमत्ता व प्रयत्नशीलता यांचा दुर्मीळ संगम विद्यार्थिदशेतच त्यांच्या ठिकाणी प्रकट झाला होता. मुंबई विद्यापीठाच्या प्रत्येक परीक्षेत संस्कृत विषयात त्यांनी मिळवलेले गुण आणि पटकाविलेली पारितोषिकं याची साक्ष देण्यास समर्थ आहेत. हे सर्व लक्षात घेता वेलणकर पुढे संस्कृतचे श्रेष्ठ प्राध्यापक म्हणून मोठा लौकिक मिळवतील असा तर्क करणं चुकीचं नव्हतं पण मानवी जीवनाची चाल सरळ रेषेत सहसा होत नाही. ते जीवन बुद्धिबळातील हत्तीप्रमाणे नसतं. उंट किंवा क्वचित घोडा यांची चाल त्याला अधिक मानवते. जीवनातलं नाट्यरूप संपलेलं असतं. तसं ते नसतं तर जीवनाच्या प्रारंभी चरितार्थाकरिता जो व्यवसाय वेलणकरांपुढे चालून आला होता, तो टपाल खात्याच्या सेवेचा आला नसता. 'परमेश्वर तुल्यगुणी वधू-वर सहसा एकत्र आणत नाहीं' असं कालिदासानं म्हटलं आहे. आवड व

व्यवसाय यांची सांगड अशीच दुर्मीळ आहे. ज्यात आपली गती आहे असा व्यवसाय त्याला आयुष्यात मिळतोच असं नाही. पण वेलणकरांच्या ठिकाणी असलेल्या कवित्वासारखंच त्यांचं कर्तृत्वही चकित करणारं आहे. आयुष्यभर त्यांनी टपालखात्यात नोकरी केली हे खरंच. तीही अत्यंत जबाबदारीची. निरनिराळ्या राज्यांत पोस्ट मास्तर जनरल या पदापर्यंत चढत जाऊन शिखराच्या जागीही ते स्थिरचित्त व कर्तृत्ववान राहिले. उत्तम प्रशासक म्हणून त्या खात्यात त्यांचा लौकिक झाला. निवृत्तीनंतरसुद्धा शासनाला त्यांच्या सेवेची गरज भासली. तो आग्रह त्यांनी मानला नाही, याचं मुख्य कारण त्यांच्या ठिकाणी स्वभावत: असलेली विद्याव्यासंगाची आवड, काव्यरचनेची हौस आणि संशोधनाची वृत्ती.

श्री. वेलणकरांनी थोडी मराठी काव्यरचना केली असली तरी ती लेखक या नात्यानं त्यांच्या हातून मुख्य कार्य झालं आहे ते संस्कृत ग्रंथरचनेचं. माझा त्यांचा पहिला परिचय झाला तो अशाच एका प्रसंगानं. कविवर्य यशवंत यांचा षष्ट्यब्दीपूर्ती समारंभ मुंबईत मोठ्या थाटामाटात साजरा झाला तेव्हा. वेलणकरांनी 'जयमंगला' या मधुर व वैशिष्ट्यपूर्ण कथाकाव्याचा सरस संस्कृत अनुवाद केला होता. या निमित्ताने तो त्यावेळी प्रकाशित झाला. 'जयमंगला'तली आठवणारी कडवी आणि त्यांचा तितकाच मधुर असा संस्कृत अनुवाद याची चित्रं आलटून पालटून श्रोत्यांच्या डोळ्यापुढे उभी राहू लागली. मूळ काव्य अधिक सुंदर की अनुवाद अधिक सुंदर असा संभ्रम पडण्याइतका हा अनुवाद प्रसन्न आहे. या अनुवादानंतर वेलणकरांनी संस्कृत नाट्यलेखनाकडे आपलं लक्ष वळवलं. टपाल खात्यातला वरिष्ठ अधिकारी या नात्याने करावयाच्या कामात काडीचीही कसूर न करता त्यांनी विपुल संस्कृत व थोडं मराठी लेखन केलं आहे. आगगाडीच्या प्रवासातसुद्धा त्यांची रचनाशक्ती जागृत असते. त्यांच्या रचनेत सौभद्रसारखे जसे सुंदर अनुवाद आहेत तसंच नाटिका व नाटक मिळून पंचवीस-तीस स्वतंत्र कृतीही आहेत. नुकतंच त्यांनी एका नव्या दृष्टिकोनातून शिवछत्रपतींच्या राज्याभिषेकाला संस्कृत नाट्यरूप दिलं आहे. त्यांची नाटकं वाचताना संस्कृत ही अवघड भाषा आहे, ती फार जुनी भाषा असून पंडितांखेरीज इतरांचा तिच्याशी काही संबंध नाही, असली पूर्णपणे एकांगी मतं बाळगणाऱ्या व्यक्तींना भाषेचा कान आणि सौंदर्याचं भान असतं की नाही या विषयी शंका उत्पन्न होते.

काव्यवृत्तीप्रमाणे संशोधन वृत्ती ही त्यांच्या विद्याव्यासंगी मनाची दुसरी क्रीडा आहे. अलीकडेच त्यांनी लिहिलेला एक लेख टंकलिखित स्वरूपात माझ्या वाचनात आला. 'अर्जुनाचा विषाद का?' असं त्यांचं शीर्षक आहे. गीतेच्या पहिल्या अध्यायाच्या प्रारंभीच वीरशिरोमणी धनुर्धर अर्जुन आपल्यापुढे उभा राहतो, तो द्विधा झालेल्या मन:स्थितीत! आप्तेष्टांची हत्या करावी लागणार म्हणून अंतरंगी व्यथित

झालेला अर्जुन 'माझ्या हातातून धनुष्य गळून पडत आहे, माझ्या सर्वांगाला कंप सुटत आहे, मला हे युद्ध नको' असं श्रीकृष्णाला सांगतो. गीता सांगण्याचं कारण म्हणून हा प्रसंग कल्पिलेला असावा असं सामान्य वाचकालाही प्रौढपणी वाटत राहतं. या प्रसंगाची मीमांसा वेलणकरांनी निराळ्या रितीनं केली असून जीवनाकडे पाहण्याचा श्रीकृष्णाचा दृष्टिकोण किती तर्कशुद्ध होता व त्याचं जीवनविषयक तत्त्वज्ञान काय होतं हे लक्षात येतं. छंदशास्त्राविषयीही त्यांनी पुष्कळ मौलिक विचार केला असून त्या संबंधीचं त्यांचं संशोधन जेव्हा प्रकाशित होईल तेव्हा अनेकांना आश्चर्याचे धक्के बसतील. आजपर्यंत हे आपल्या लक्षात कसं आलं नाही असं चांगल्या-चांगल्या कवींना आणि समीक्षकांना वाटेल.

त्यांचं विज्ञानप्रेमही साहित्य प्रेमा इतकंच उत्कट आहे. मध्यंतरी ते मला भेटायला आले असताना लेखक वर्गाला सध्या तीव्रतेनं जाणवणारा कागद टंचाईचा विषय आमच्या गप्पांत निघाला. त्याबरोबर वेलणकर म्हणाले, ''बांबूची व इतर वृक्षांची जंगलं उद्याच्या मागणीला पुरी पडणार नाहीत हे खरं, पण तोपर्यंत शास्त्रज्ञ दुसऱ्या कशापासून तरी कागद तयार करायचा शोध लावतील.''

त्यांच्या सफल आयुष्याकडे पाहिलं म्हणजे 'काव्यशास्त्र विनोदेन कालोगच्छति धीमताम्' हा संस्कृत चरण त्यांच्या बाबतीत अक्षरशः खरा वाटू लागतो. आता ते चरितार्थाच्या व्यवसायातून मुक्त झाले आहेत. त्यामुळे संस्कृत व मराठी साहित्याची मनसोक्त सेवा करण्याची त्यांची इच्छ पूर्ण होण्याच्या मार्गाला लागेल. ते बडे अधिकारी, गाडे संस्कृत पंडित व न्यायनिष्ठ प्रशासक असले तरी सालस व स्वभावतःच स्नेहशील आहेत. या त्यांच्या स्नेहशीलतेमुळेच मी त्यांच्या मित्र परिवारात ओढला गेलो. त्यांचं संस्कृत भाषेतलं प्राविण्य, पद्यरचना शक्ती आणि नाट्यलेखन इ. अनेक गुणांचं मूल्यमापन करणारे आणि अधिकारवाणीने लिहिले गेलेले चार लेख 'दीपलक्ष्मी'च्या या अंकात प्रकाशित होत आहेत. हे लेख त्यांचं कवित्व, पांडित्य, कल्पकता इत्यादींवर प्रकाश पाडण्याला समर्थ आहेत. श्री. वेलणकर आता ६१व्या वर्षात पदार्पण करीत आहेत. या शुभप्रसंगी त्यांचा एक स्नेही या नात्याने मी एवढीच शुभेच्छा व्यक्त करतो की, त्यांना दीर्घ आरोग्य लाभो. त्यांचा जीवनक्रम सुखशांतीने परिपूर्ण होवो आणि संस्कृत भाषेची माधुरी व महत्त्व लेखकांना पटविण्या कामी त्यांना यश प्राप्त होवो.

★ ★ ★

श्री. भि. वेलणकर । १०९

१४

स्त्री व ग्रामीण शिक्षण प्रसारक : व्ही. टी. पाटील

कुठलं तरी उदात्त ध्येय उराशी बाळगून ते साध्य करण्याकरिता धडपडणारी माणसं समाजात फार थोडी असतात. या थोड्या व्यक्तींपैकी बहुतेकांना विशी-पंचविशीतच त्या ध्येयाची मोहिनी पडते. तरुण मनाला शोभेल अशा उत्कटतेनं ह्या व्यक्ती आपल्या ध्येयाचा पाठपुरावा करू लागतात. हे वयच असं असतं की, या वेळी सुरवंटाची फुलपाखरे होतात. काव्य, प्रेम, ध्येय इत्यादिकांच्या आकर्षणाला याच वेळी बहर येतो. त्याचप्रमाणे यशस्वी व्यवहारी आयुष्य जगावं, सत्ता-संपत्ती संपादन करावी आणि त्यांच्या सुखद सावलीत आरामानं दिवस काढावेत, अशी स्वप्नं या वयात बहुतेकांना खुणावित राहतात. पण याच वयात ध्येयवादी व्यक्ती आपल्या ऐहिक स्वास्थ्याकडे दुर्लक्ष करून क्षितिजावरल्या चांदणीप्रमाणे स्वतःला खुणावित राहाणाऱ्या कार्यांचा अंगीकार करतात. जीवनाची वाटचाल करताना वाट्याला रखरखीत वाळवंट आलं तरी ते संथपणानं, अनवाणी पायानं तुडवीत जातात. महात्मा फुले, लोकमान्य टिळक, आगरकर, कर्वे, सावरकर, आंबेडकर एवढी नावं या संदर्भात घेतली तरी तारुण्याच्या उंबरठ्यावर एखाद्या ध्येयानं झपाटून जाणं म्हणजे काय हे सहज लक्षात येतं.

पण ध्येयनिष्ठांचा दुसरा एक वर्ग असतो. या वर्गातल्या व्यक्ती काही काळ व्यवहारी जीवन जगतात. यांतल्या कित्येकांवर अर्थ व काम या पुरुषार्थांची मेहरनजर असते. इतर काही व्यावहारिकदृष्ट्या फारसे यशस्वी झाले नाहीत तरी जीवनातल्या चाकोरीच्या मार्गानं जातात. मात्र त्यांच्या आयुष्यात अचानक असा

एक क्षण येतो की, त्या वेळी आपलं यशस्वी व्यवहारी आयुष्य हे त्यांना गळ्यातलं लोढणं वाटतं. आकाशात अचानक वीज चमकावी तसा एखादा प्रसंग, एखादं तत्त्व, एखादा राजकीय किंवा सामाजिक अन्याय त्यांना आपल्या संसारी आयुष्यातून बाहेर काढतो. राजपुत्र सिद्धार्थ व महात्मा गांधी ही दोन अशा ध्येयवाद्यांची ठळक उदाहरणं. भाऊराव पाटील, बाबा आमटे इत्यादी मंडळी याच वर्गातली. कोल्हापुरातलं ताराराणी विद्यापीठ आणि त्याचंच भावंड असलेलं गारगोटी येथील श्री मौनी विद्यापीठ याचे संस्थापक आणि संचालक श्री. वि. तु. पाटील (श्री. व्ही. टी. पाटील) यांची गणनाही याच वर्गात केली पाहिजे.

सुमारे चार तपांपूर्वी कायदेपंडीत म्हणून श्री. पाटलांनी कोल्हापुरात वकिली सुरू केली. लवकरच त्यांची यशस्वी वकिलांत गणना होऊ लागली. लक्ष्मीची कृपादृष्टी तर त्यांच्याकडे वळलीच, पण तिच्या जोडीनं प्रतिष्ठा, मानसन्मान, अधिकारपदं इत्यादी गोष्टी माणसांना बहाल करणारी जी कोणी देवता असेल तिनंही त्यांच्या मस्तकावर वरदहस्त ठेवला. कोल्हापूर नगरपालिकेचे अध्यक्ष, कोल्हापूर संस्थानातील इलाखा पंचायतीचे अध्यक्ष इत्यादी स्थानं त्यांनी भूषित केली. या स्थानांच्या अनुषंगाने लोकोपयोगी कामंही केली पण त्यांचा मुख्य व्यवसाय वकिली हाच राहिला. कोल्हापुरातील दैनिक पुढारीच उगम शोधीत आपण मागे गेलो तर, त्याची स्थापना ही श्री. व्ही. टी. पाटील यांच्या प्रेरणेनंच झाली असं दिसून येईल. अशा रीतीनं सार्वजनिक कार्य श्री. पाटील हौसेनं करीत होते तथापि त्यांचा जीवनक्रम होता तो यशस्वी वकिलाचा.

पंचवीस-तीस वर्षांपूर्वी हा जीवनक्रम अचानक बदलला. आपला वकिलीचा व्यवसाय दुय्यम मानून श्री. पाटील यांनी ग्रामीण शिक्षण व स्त्रीशिक्षण यांचा प्रसार या गोष्टींत लक्ष घातलं. आगगाडीनं रूळ बदलले. या प्रेरणेच्या मुळाशी कोणता अनुभव होता याची मला नीटशी कल्पना नाही, पण एकंदर समाजात – त्यातही बहुजन समाजात – शिक्षणाचा प्रसार अद्याप झालेला नाही याची तीव्र जाणीव त्यांना झाली असावी. ब्राम्हण व तत्सम वरिष्ठ मानल्या जाणाऱ्या वर्गांतल्या मुली सर्रास शाळेत जाऊ लागल्या असल्या तरी बहुजन समाजाचा फार मोठा भाग निरक्षर किंवा अशिक्षित आहे या जाणीवेनं त्यांचं मन बेचैन झालं असावं. माझा व त्यांचा जो विशेष परिचय झाला, तो त्यांच्याच एका शिक्षणसंस्थेच्या संमेलनाकरता मला पाहुणा म्हणून त्यांनी बोलावलं तेव्हा. त्या वेळी शिक्षण प्रसाराच्या बाबतीत त्यांची तळमळ व स्त्रीशिक्षण समुद्राच्या भरतीच्या लाटेप्रमाणे पसरत जावं याबद्दलची पोटतिडीक या गोष्टींची कल्पना मला आली. यानंतर स्वातंत्र्य आलं. पाटील आमदार, खासदार झाले. पण आकाशात उंच उडणाऱ्या घारीचं मन आपल्या पिलांत गुंतलेलं असावं, तसं पाटलांचं मन शिक्षण प्रसार, त्याकरता काढावयाच्या

संस्था, त्या उत्कृष्ट रीतीनं चालाव्यात म्हणून करावयाची जोडणी इत्यादिकांत गढून गेलं. हळूहळू वकिली सुटली. पुढे राजकारणाचाही त्यांनी त्याग केला. पण त्यांचं मन समाजपरिवर्तनाला आवश्यक अशा शिक्षणसंस्थांच्या प्रपंचात मात्र अष्टौप्रहर गुंतून राहिलं.

ध्येयवादी माणसं भव्य स्वप्नं पाहातात नि मग ती साकार करण्याकरता अहोरात्र धडपडतात. राजारामपुरीतील ताराराणी विद्यापीठ ही स्त्रीशिक्षणाची संस्था पाहिली म्हणजे पाटील यांच्या स्त्री शिक्षणावरील भक्तीची आणि उपजत सौंदर्यदृष्टीची कुणालाही कल्पना करता येईल. सुमारे वीस वर्षांपूर्वीची गोष्ट. त्या वेळी कोल्हापूर शहर आजच्यासारखं वाढलं नव्हतं. राजारामपुरी हा गावाचा पूर्वेकडील अगदी कडेचा भाग होता. तिथली वस्तीही फार वाढली नव्हती. माझ्याकडे कुणी पाहुणे आले म्हणजे त्यांना मी टेंबलाईच्या टेकडीकडे फिरायला घेऊन जात असे, ताराराणी विद्यापीठाच्या उषाराजे हायस्कूलवरून जाताना पाहुण्यांची नजर हटकून त्या वास्तूवर खिळून राही. ते थांबून मला विचारीत, ''इथे कुठले कॉलेज आहे?'' मी त्यांना हे कॉलेज नसून मुलींची माध्यमिक शाळा आहे असं सांगितलं म्हणजे त्यांना त्या वास्तूच्या भव्यतेचं व सौंदर्याचं नवल वाटे. मग त्यांना त्या इमारतीच्या मागचं भव्य पटांगण, विस्तृत क्रीडांगण, प्राथमिक शाळा, ट्रेनिंग कॉलेज वगैरेंच्या इमारती दाखवल्या म्हणजे ते चकित होऊन जात. सामान्यत: शिक्षणसंस्था म्हटली म्हणजे कशीबशी कष्टानं उभारलेली इमारत, क्रीडांगण आहे आहे, नाही नाही अशी स्थिती, खोल्या-खोल्यांत भरपूर खेळणारी हवा, सर्वत्र पसरलेला सुंदर प्रकाश इत्यादी गोष्टींचा अभाव अशी वैगुण्यं मनाला टोचतात. यात त्या संस्थांचा काही दोष नसतो पण पाटलांनी अत्यंत दूरदृष्टीने राजारामपुरीतील भव्य वास्तूचं स्वप्न पाहिलं. स्वत:च्या मनाचं समाधान होईल अशा रितीनेच सगळ्या इमारती बांधून घेतल्या. उषाराजे हायस्कूलच्या समोरची सुंदर बाग, त्या बागेतला ताराराणीचा पुतळा, मागची वसतिगृहाची इमारत, तिच्या वरच्या मजल्यावरील सरस्वतीची सुंदर मूर्ती अशा कितीतरी गोष्टी पाटलांचं आपल्या संस्थांवरील अपत्यप्रेम व त्यांची सूक्ष्म सौंदर्यदृष्टी यांची ग्वाही देतात.

श्री मौनी विद्यापीठाचा परिसर तर ताराराणी विद्यापीठापेक्षा फार मोठा. ग्रामीण जनतेला उपयुक्त अशा विविध शिक्षणसंस्था त्या ठिकाणी एकवटल्या आहेत. गारगोटीच्या माळावर पूर्वी जिथे नुसतं गवत वाढत असे तिथे आता खेडेगावांतून आलेली मुलं शिक्षण घेत आहेत. त्यांच्या आयुष्यात नवा प्रकाश येत आहे. ती वसाहत म्हणजे एक छोटं स्वयंपूर्ण गावच आहे. हे विद्यापीठ पाहिल्याशिवाय पाटलांचं व्यक्तिमत्त्व आणि कर्तृत्व यांची कल्पना कुणालाही पूर्णपणे करता येणार नाही.

आता पाटील वयाची पंचाहत्तरी पूर्ण करीत असले, तरी या तिसऱ्या पंचविशीतही त्यांचा उत्साह पहिल्या पंचविशीसारखाच अमाप आहे. त्यांना सतत एकच ध्यास लागलेला असतो तो म्हणजे आपल्या संस्था अधिक सुंदर, अधिक समर्थ व अधिक सेवाशील कशा होतील हा. त्यांच्या ध्यानी-मनी-स्वप्नी ही दोन विद्यापीठं चढत्या वाढत्या स्वरूपांत नाचत असतात. नवीन संस्थांची भव्य स्वप्नंही ते पाहातात. अगदी मुलींना लष्करी शिक्षण देणारं विद्यालयसुद्धा त्यांच्या अमूर्त स्वप्नमालिकेत सहज प्रवेश करतं. त्यांच्या पंचाहत्तरीच्या निमित्तानं त्यांचं अभीष्टचिंतन करताना एवढंच म्हणावंसं वाटतं की, पाटलांचं पितृवात्सल्य या दोन्ही विद्यापीठांना दीर्घकाळ लाभो आणि झपाट्यानं बदलणाऱ्या जीवनाच्या अनुषंगानं स्त्रीशिक्षण व ग्रामीण शिक्षण यांत आवश्यक असलेल्या बदलांचा पायंडा पाडण्यात त्यांना यश लाभो. अजूनही भारतातील मुलींचं शिक्षण बरंचसं मुलांच्या शिक्षणासारखंच राहिलं आहे. ते पुष्कळसं पुस्तकी आहे. सर्वच शिक्षणाचा गाडा आजही पुष्कळ अंशी जुन्या चाकोऱ्यांतून जात आहे पण आता ह्या चाकोऱ्या सोडून शिक्षण व्यवसायनिष्ठ कसे होईल, उत्पादन आणि उपयुक्तता ह्या दृष्टीने शिकणाऱ्या व्यक्तीला आणि त्याचप्रमाणे सर्व समाजाला त्याचा व्यावहारिक उपयोग कसा होईल इकडे शिक्षणतज्ज्ञांनी, शिक्षणसंस्थेच्या चालकांनी आणि सर्व मालकांनी लक्ष देणं आवश्यक आहे.

शिक्षण ही मूठभर लोकांची मिरासदारी राहू नये या दृष्टीनं शंभर वर्षांपूर्वी शिक्षण प्रसाराला वाहून घेणारी माणसं निर्माण झाली आणि पुरुष शिक्षणाबरोबरच स्त्रीशिक्षण व ग्रामीण शिक्षण यांना चालना मिळाली. पण आता यापुढे शिक्षण हा स्त्रीचा अलंकार न राहाता तिला आपला प्रपंच अधिक नेटका आणि अधिक सुखी कसा करता येईल या दृष्टीनं स्त्री-शिक्षगाचा विचार होणं आवश्यक आहे. विशेषतः ज्या बहुजन समाजातून पूर्वी कधीही शिक्षण न मिळालेल्या मुली मोठ्या संख्येनं शिक्षण घेऊ लागल्या आहेत. त्यांना करता येण्याजोगे उद्योगधंदे शिकवणं आवश्यक आहे. स्त्रीला यापुढे नुसता संसार सांभाळून चालणार नाही. त्या संसाराला आवश्यक असणाऱ्या मासिक मिळकतीतही तिचा वाटा असला पाहिजे. ग्रामीण शिक्षणाच्या बाबतीतही असंच म्हणता येईल.

सहज सुचलं म्हणून अत्यंत आवश्यक होऊन बसलेल्या ह्या प्रश्नाचा मी ओझरता उल्लेख केला आहे. श्री. पाटील यांचं पुढचं कार्य या दिशेनं होत राहो आणि त्यांच्या संस्था आदर्श बनून इतर संस्थांना प्रेरणा देत राहोत, ही श्री. पाटील यांच्या अमृत महोत्सवाच्या निमित्तानं माझ्यासारख्या त्यांच्या स्नेह्याची मनोमन इच्छा.

✩ ✩ ✩

व्ही. टी. पाटील । ११३

१५

मांगल्य श्रद्धा विश्वस्त :
प्रभाकरपंत कोरगावकर

मी १९३८ साली शिरोड्याला आलो. त्यावेळीच माझा कै. प्रभाकरपंत कोरगावकर यांच्याशी परिचय होण्याचा योग यायला हवा होता; कारण कोकणातले माझे अगदी जवळचे मित्र – 'वैनतेया'चे संपादक मेघश्याम शिरोडकर यांचा व प्रभाकरपंतांचा चांगला स्नेह होता. शिवाय प्रभाकरपंतांचे मेहुणे कै. रामकृष्णपंत महाजन यांचा व माझा पूर्वीपासूनच दाट परिचय होता. कोरगावकर मंडळी मूळची कोकणातली. सावंतवाडीशी त्यांचा निकटचा संबंध. मी शिरोड्याला शिक्षक म्हणून काम करीत होतो तरी, सावंतवाडीच्या सार्वजनिक जीवनाशी माझे संबंध सतत कायम राहिले होते. आमची दोघांची ओळख-देख चटकन् होणं अशक्य नव्हतं पण ती घडली नाही याचं मुख्य कारण मी इथं 'हंस पिक्चर्स'चा कथालेखक म्हणून आलो, त्यामुळे काही काळ माझं वर्तुळ निराळं बनलं. प्रभाकरपंतांचं वर्तुळ अगदी भिन्न असल्यामुळे पहिल्या एक-दोन वर्षांत त्यांचं नाव माझ्या कानी पडूनही त्यांची भेट होण्याचा योग आला नाही.

त्यांची भेट, सहवास, स्नेह आणि स्वभावदर्शन हे सारं पुढे काही कालानं एकदमच घडलं. भारताच्या स्वातंत्र्यपूर्व कालखंडातील ती शेवटची वर्षं होती. संस्थानी जनता जागृत झाली होती. आपल्या हक्कासाठी चळवळ करू लागली होती. निरनिराळ्या संस्थानांत प्रजापरिषदा स्थापन होऊन आपली अधिवेशनं भरवित होत्या. सावंतवाडी संस्थानची प्रजापरिषद ही त्यातलीच एक, तिचं अधिवेशन कुडाळला भरायचं ठरलं होतं. तिथल्या कार्यक्रमाला अध्यक्ष म्हणून माधवराव बागल हवे होते. माधवरावांच्या 'जिव्हाळा' या पहिल्या कथासंग्रहाला माझी प्रस्तावना असल्यामुळे, मी कोल्हापूरला येण्यापूर्वीच आम्हा दोघांचा परिचय होऊन चुकला

होता. मी इथे आल्यावर त्याचं स्नेहात रूपांतर झालं; म्हणून सावंतवाडी संस्थान प्रजापरिषदेच्या कुडाळ येथील अधिवेशनाचे माधवराव अध्यक्ष व्हावेत, अशी व्यवस्था करण्याची कामगिरी माझ्यावर सोपविली गेली. त्याप्रमाणे माधवरावांची संमती मी मिळविली. त्या अधिवेशनाला मी यावं अशी तिकडल्या कार्यकर्त्यांची इच्छा होती, त्याप्रमाणे माधवरावांच्या बरोबर मी गेलो. आम्ही सारे प्रभाकरपंतांच्या गाडीतून गेल्यामुळे दोन-तीन दिवस जवळ-जवळ एकत्रच होतो, त्या वेळी प्रभाकरपंतांचं जे चित्र माझ्या मनावर उमटलं ते अजूनहि जसंच्या तसं कायम आहे.

प्रभाकरपंत पेशानं व्यापारी, रुपये-आणे-पैशी यांचा अहोरात्र संबंध पण त्या दोन-तीन दिवसांत आमच्या ज्या गप्पागोष्टी झाल्या त्या साऱ्या देशाचं स्वातंत्र्य, सामाजिक सुधारणा, गोरगरिबांची आर्थिक स्थिती सुधारण्याचे मार्ग इ. गोष्टींविषयी; प्रभाकरपंत अगदी अबोल नसले तरी फारसं बोलकेही नव्हते. पण अशा चर्चेत ते घेत असलेला रस त्यांच्या बोलक्या मुद्रेवरून आणि दृष्टीवरून स्पष्ट होई. ते फारसं बोलले नाहीत तरी अधूनमधून एखादा प्रश्न विचारीत, शंका काढीत. त्या शंकेवरून त्यांनी स्वतःच या गोष्टीचं चिंतन किती सूक्ष्मपणे केलं असेल याची कल्पना येई. कुडाळच्या अधिवेशनात ते अगदी मागंमागं राहिले. त्यांच्या स्वभावाचं ते वैशिष्ट्य होतं. समाजाच्या भल्यासाठी होत असणाऱ्या गोष्टीला जास्तीत जास्त सहाय्य करायचं पण ते या कानाची गोष्ट त्या कानाला कळू न देता. ही त्यांची कामं करण्याची रीत. कुडाळचं अधिवेशन संपवून मी घरी परत आलो, तेव्हा प्रभाकरपंतांविषयी विचार करताना मला आठवण झाली ती गांधीजींना तन-मन-धनानं सहकार्य करणाऱ्या जमनालाल बजाज यांची.

प्रभाकरपंत गांधीवादी कसे झाले याची मला कल्पना नाही. स्वतःविषयी बोलायला ते नेहमीच नाखूश असत. त्यामुळे हा प्रश्न त्यांना विचारण्यात काही अर्थ नव्हता. मात्र गांधीजींची माणसातल्या ज्या मांगल्यावर (Divine in Man) असीम श्रद्धा होती; ते मांगल्य मुक्तहस्तानं जन्मतःच प्रभाकरपंतांना लाभलं असावं. त्यामुळे गांधीजींच्या सर्व विधायक चळवळींनी त्यांना सतत आकृष्ट केलं. त्यांचं व्यक्तित्त्व हा एक मोठा अपूर्व मनोहर संगम होता– गंगा-यमुनांच्या संगमासारखा. देशभक्ती आणि व्यवहार या दोन्ही तलवारी एका म्यानात राहणं मोठं कठीण काम आहे. व्यवहाराची दृष्टी स्वभावतःच वास्तवावर खिळलेली असते. सभोवतालचे खाच-खळगे, दगड-धोंडे, काटे-कुटे या सर्वांची दखल घेऊन तो आपलं पाऊल पुढे टाकत असतो. देशभक्ती किंवा समाजसेवा यांची दृष्टी स्वभावतःच आकाशातल्या चांदण्यावर खिळलेली असते. खालच्या काट्याकुट्यांचं आणि दगडा-धोंड्यांचं हे व्रत घेणाऱ्याला भान नसतं. प्रभाकरपंतांनी हे भान नेहमी ठेवलं. अंतरीच्या उच्च भावनेची शान किंचितही ढळू न देता व्यवहाराला त्यांनी देशभक्तीच्या आणि

समाजसेवेच्या गाड्याला जुंपलं.

प्रभाकरपंतांनी केलेला ट्रस्ट, त्यांनी दिलेल्या देणग्या, कार्यकर्त्यांना नियमित मानधन देऊन त्यांचं व्यावहारिक जीवन निष्कंटक करण्याची घेतलेली दक्षता इ. गोष्टींचं मोल केवळ रुपये आणि पैसा अशा हिशोबात कधीच होणार नाही. दुर्दैवाने या देशात 'अर्थमनर्थ भावय नित्यं' या शंकराचार्यांच्या उपदेशाचा विपरीत अर्थ केला गेला आहे. पैसा वाईट आहे असं एकदा गृहीत धरलं म्हणजे तो मिळविण्याची धडपड कुणी करण्याचं कारणच उरत नाही. आपल्या परंपरागत दारिद्र्याच्या अनेक कारणांपैकी ही मनोवृत्ती हे एक कारण आहे पण प्रभाकरपंतांनी व्यापारात आपली सारी बुद्धी चालविली. भरपूर पैसा मिळवला. मात्र 'जोडोनिया धन उत्तम वेव्हारे-उदास विचारे वेच करी' या तुकोबाच्या उक्तीचा स्वतःला कधी विसर पडू दिला नाही. राष्ट्रीय आणि सामाजिक कार्यासाठी मिळविलेल्या संपत्तीचा अंश त्यांनी मोठ्या आनंदानं खर्च केला. यज्ञकुंडात ऋत्विज आहुती देतो त्या भावनेनं.

ही दानाची भावना अंतरी सतत जागृत असणं ही सोपी गोष्ट नाही. एका संस्कृत सुभाषितात असं म्हटलं आहे. 'शंभरात एखादा शूर निघतो. हजारातून एखादा विद्वान निर्माण होतो. दहा हजारातून एखादा वक्ता लोकांपुढे येतो पण या जगात दाता मिळणं मात्र अतिशय कठीण.' अशा वेळी प्रभाकरपंतांच्या असीम औदार्याचं, सर्वस्पर्शी दातृत्वाचं, व्यवहारात पाय घट्ट रोवून ध्येयवादाची वीज उरी कवटाळण्याच्या त्यांच्या सामर्थ्याचं आणि भोवती संपत्तीचं रम्य सरोवर पसरलं असतानाही कमलपत्राप्रमाणे त्यात वावरण्याच्या अलिप्त आणि विरक्त वृत्तीचं विलक्षण कौतुक वाटतं. त्यांच्या या गुण समुच्चयापुढं मस्तक नम्र होतं. गांधीजींचं गुरुत्व सार्थ केलं असेल तर ते त्यांच्यासारख्या एकलव्यांनी, असा विचार मनात आल्यावाचून राहत नाही. हे अजोड जीवन कोल्हापुरासारख्या शहरात होऊन गेलं हे या नगरीचं भाग्य. गांधीवाद, समाजवाद, लोकशाही इ. शब्दांना या देशात कधीकाळी खराखुरा अर्थ प्राप्त व्हायचा असेल तर तो भारतातल्या नव्याजुन्या सर्व धनवत्तर लोकांनी प्रभाकरपंतांसारख्या व्यक्तीचं प्रामाणिकपणानं अनुकरण करण्यानंच होईल. त्यांच्यासारखी व्यक्ती थोडीफार जवळून पाहायला मिळाली हे मी माझं सुदैव समजतो. त्यांचं जीवन सर्वांना प्रेरणा देत राहो हीच इच्छा!

★★★

कोकणच्या ताई :
भागिरथीबाई गद्रे

'आनंदी आनंद गडे' ही बालकवींची प्रसिद्ध कविता आहे. सृष्टिसौंदर्याच्या दर्शनानं ती स्फुरली आहे. ती कविता बाह्यत: सुबोध असल्यामुळे पाठ्यपुस्तकात खालच्या वर्गांसाठी अनेकदा निवडली जाते. तिच्यात केवळ सृष्टीसौंदर्याने निर्माण होणाऱ्या आनंदाचं वर्णन नाही. थोडं तात्त्विक चिंतनही आहे पण निसर्गाचं माणसाशी ते अतूट नातं आहे त्याच्या जाणिवेतून ही कविता उजळली आहे. ही जाणीव हा माणसाच्या चिरंतन आनंदाचा एक मोठा आधार आहे, हे या कवितेतून बालकवींनी सूचित केलं आहे. म्हणूनच वर-वर पाहिलं तर सृष्टि- सौंदर्याने मोहून गेलेला हा कवी मध्येच अंतर्मुख होतो आणि म्हणतो–

स्वार्थाच्या बाजारात,
किती पामरे रडतात ।
त्यांना मोद कसा मिळतो?
सोडुनि स्वार्था तो जातो ।

या ओळीत बालकवींनी स्वार्थाच्या ज्या बाजाराविषयी लिहिलं आहे तो आपल्याभोवती अष्टौप्रहर भरलेला असतो. केवळ जागेपणीच नव्हे, तर स्वप्नातसुद्धा माणसाची धडपड, तडफड, लगबग, धावपळ, आशा-आकांक्षा या साऱ्या गोष्टी त्याच्या जीवनाला रुची आणतात. त्यात एक प्रकारचा रस निर्माण करतात. पण या गोष्टींच्या मागची प्रेरक शक्ती कोणती हे आपण पाहू लागलो म्हणजे मग आपल्या पदरी निराशा येते. ती शक्ती असते स्वार्थ, वासनांच्या कधीही तृप्त न होणाऱ्या शारीरिक प्रेरकांची, नानाविध मनोरथांची. या ना त्या स्वरूपात बाह्य विश्वाशी कोणत्याही

प्रकारचं नातं नसलेला स्वार्थ माणसांना दैनंदिन जीवनात कार्यप्रवण करीत असतो. जगातील अगणित लहान-मोठी दुःखं मनुष्याच्या स्वतःपलीकडे न पाहण्याच्या या प्रकृतीधर्मातूनच निर्माण होतात, हेही आपल्याला कळतं पण स्वार्थ ही एक मूलभूत मानवी प्रवृत्तीच आहे, हे कबूल केलं पाहिजे. ती स्वतःला केंद्रीभूत करून आपल्या भोवती गगनचुंबी भिंती उभारते. त्यामुळे सर्वसाधारण मानवी प्रवृत्ती अशाप्रकारची असल्यामुळे स्वार्थाच्या कुंपणात अडकून पडलेली माणसं कितीही कर्तबगार असली तरी जगाला फारसं काही देऊ शकत नाहीत. उलट त्या कुंपणापलीकडे जाण्याची धडपड करणारी माणसं जगाला आदरणीय वाटत राहतात.

स्वार्थाच्या कुंपणापलीकडे जाण्याची धडपड करणाऱ्या माणसांचे दोन वर्ग होतात. काहींचं कर्तृत्व समाज, देश आणि मानवता यांच्या सेवेच्याकारणी खर्च होतं. त्यांची चरित्रं लोकांच्या डोळ्यांपुढं नित्य चमकत राहतात, नावं जनतेच्या जिभेवर सदैव नाचतात. ही माणसं चंद्र-सूर्यांसारखी असतात. त्यांचा प्रकाश फार मोठ्या परिसराला उजळून टाकतो. तो दीर्घकाळ रेंगाळत राहतो. पण याच प्रवृत्तीच्या माणसांत असं तेज न लाभलेला एक दुसरा वर्ग असतो. कुठेतरी आकाशाच्या कोपऱ्यात चमकणाऱ्या चांदणीसारखी ही माणसं असतात. त्यांची नावं कुठं गाजत नाहीत. त्यांची छायाचित्रं कुठं छापून येत नाहीत. पण अंधारातून जाणाऱ्या प्रवाशाला आकाशाच्या कोपऱ्यात चमकणारी चांदणी ज्याप्रमाणे धीर देते, त्याप्रमाणे अगदी लहान परिसरात ही माणसं आपलं जीवन जगता-जगता इतरांच्या शुष्क जीवनाला ओलावा देतात. यथाशक्ती निरपेक्षपणे इतरांच्या उपयोगी पडतात. जगाचं भलं व्हावं म्हणून धडपडत राहतात. पहिल्या वर्गातली मोठी माणसं देशाचा किंवा समाजाचा किंबहुना मानवतेचा इतिहास घडवत असतील, त्या इतिहासात त्यांची नावं कोरली जात असतील. पण दुसऱ्या वर्गातल्या या छोट्या माणसांना असं भाग्य वाट्याला येत नसलं तरी त्यांचा समाजाला मोठा आधार असतो. चांगल्या वाईटाची रस्सीखेच जगात सतत सुरू असते. या रस्सीखेचीत ही माणसं चांगल्याच्या बाजूने सदैव उभी राहतात. त्या चांगल्याला विजय मिळावा म्हणून आपली अल्पशक्ती प्रामाणिकपणे खर्च करतात. जगात माणुसकी टिकते, माणुसकीवरला विश्वास कायम राहतो तो अशा माणसांच्या अंतरंगातल्या सद्भावनांमुळे.

देवरुखच्या ताई अशा माणसांपैकी एक होत्या. ताई हे काही त्यांचं मूळचं नाव नाही. त्यांचं नाव होतं भागिरथीबाई गद्रे. महाराष्ट्राला विविध नात्यांनी परिचित असलेले कै. अनंतराव गद्रे व कोल्हापूरचे उद्योगपती शिवराम हरी गद्रे हे या भागिरथीबाईंचे पुत्र. भागिरथीबाई देवरुखच्या भोवतालच्या पाच-पंचवीस खेड्यांत ताई या नावाने संबोधल्या जाऊ लागल्या, याचं कारण त्यांची सेवावृत्ती हे होय. वयाच्या ३२व्या वर्षी आकाशीची कुऱ्हाड त्यांच्यावर कोसळली. त्यांना वैधव्य

प्राप्त झालं. स्वत:च्या प्रपंचाच्या अडीअडचणी थोड्या होत्या असं नाही. पन्नास वर्षांच्या पूर्वीच्या काळात कोणत्याही प्रकारचं विशेष शिक्षण न मिळालेल्या एका विधवा मातेला आपला प्रपंच सांभाळणं, सावरणं आणि मार्गाला लावणं ही गोष्ट फारशी सोपी नव्हती. त्यातूनही ती स्त्री पुण्या-मुंबईसारख्या शहरांत वाढलेली नव्हे. देवरुखसारख्या कोकणातल्या गावात ती लहानाची मोठी झाली. अजूनही कोकणात शिक्षणाचा प्रसार किंवा वाहतुकीची साधनं महाराष्ट्राच्या इतर भागाइतकी सुलभ किंवा सोयीची नाहीत. कोकणातली गावं लहान. खेडी पुष्कळ. अंतराअंतरावर वसलेली, वाढलेली. पन्नास वर्षांपूर्वी सारवट गाडी हीच तिथली अँबेसिडर गाडी होती. सर्वसामान्य माणसांना १०-२० मैलांचा प्रवास करायचा असला, तरी तो पायी करावा लागे किंवा माल भरलेल्या गाडीचा किंवा खटारा गाडीचा आश्रय घ्यावा लागे. गावात डॉक्टर किंवा वैद्य दुर्मिळ. औषधोपचाराच्या सोयी बेताच्या. बाहेरच्या सुधारणेचं वारं फारसं कुणाला लागलेलं नसायचं. अशा परिसरात वाढलेल्या या ताईंनी आपल्या प्रापंचिक जबाबदाऱ्या पार पाडता-पाडता एक सेवाव्रत स्वीकारलं. ताईंचं स्मरण आदरानं करायचं ते त्यांच्या या व्रतासाठी.

त्या काळी कोकणात प्रसूतिगृह-मॅटर्निटी होम हे शब्द कुणाला ठाऊक नव्हते. बाईचं बाळंतपण व्हायचं म्हणजे सामान्यत: घरीच. घरातली कुणी प्रौढ स्त्री किंवा गावातली अनुभवानी बनलेली एखादी सुईण– तिच्या देखरेखीखाली ते व्हायचं. पण पुष्कळसा हवाला परमेश्वरावर ठेवूनच हे काम चालायचं! कारण गावातली सुईण म्हटली तरी अनुभवाखेरीज तिच्या पदरी काहो दुसरं भांडवल नसे. जातीभेदाच्या भिंती त्या काळात अगदी भरभक्कम होत्या. त्यामुळेही प्रसूत होणाऱ्या स्त्रीची कुचंबणा होण्याचा संभव असे. शास्त्र या नात्यानं या गोष्टीकडे पाहाण्याचं वळण या समाजाला लागलं नव्हतं. जात भूतदयेच्या आड येऊन उभी रहायची. अशा स्थितीत ताईंनी हे काम अंगावर घेतलं. त्या तशा परंपरागत धर्मकल्पनांवर वाढलेल्या. सर्व धार्मिक आचार पाळणाऱ्या. भाविकपणानं तीर्थयात्रा करणाऱ्या पण या बाबतीत सर्व गोष्टी बाजूला ठेवून अडलेल्या बाईच्या मदतीला जाण्याचं व्रत त्यांनी स्वीकारलं. कुठंही जायची पाळी येवो, दिवस असो वा रात्र असो, वरून ऊन तापत असो वा पाऊस कोसळत असो, एखादी बाई अडली आहे असं कळल्यानंतर त्या तिच्या मदतीला धावून गेल्या नाहीत असं घडलं नाही. भोवतालच्या पाच-पंचवीस खेड्यांना त्यामुळे त्यांचा मोठा आधार वाटू लागला. सतत पंचवीस वर्ष त्यांनी हे कार्य निष्ठेनं केलं. त्यांना जे ताईपण प्राप्त झालं ते त्यांच्या या जात-गोत न पाहाता अडलेल्या बाईच्या मदतीला धावून जाण्याच्या प्रवृत्तीमुळे.

✮ ✮ ✮

१७

सेवाव्रती शिक्षक :
घ. आ. आजगांवकर

१६ एप्रिल रोजी शिरोड्याच्या शाळेतले माझे एक सहकारी श्री. घ. आ. आजगावकर यांना देवाज्ञा झाली. हे वृत्त ज्या दिवशी मला कळलं, तो सारा दिवस मी विलक्षण अस्वस्थ मन:स्थितीत काढला. मृत्यू हा जीवनचक्राचा एक अटळ भाग आहे हे माणसाला कळतं. पण त्याचबरोबर त्याच्या मनात एक वेडी आशा सदैव वास करीत असते – ती म्हणजे आपल्या अगदी जवळच्या माणसांना स्पर्श करण्याच्या बाबतीत तो काही दयामाया दाखवील ही होय. मृत्यूला माणसाच्या या वेड्या आशेशी काहीच कर्तव्य नसतं. तो अष्टौप्रहर आपलं कर्तव्य स्थितप्रज्ञतेनं करीत असतो!

आजगांवकर मास्तर गेली काही वर्षं आजारी होते. एका जिवावरल्या दुखण्यातून ते उठले होते. थोडेफार पंगू झाले होते. मध्यंतरी २-३ वर्षे उपचारांकरिता ते मुंबईला आपल्या बंधूंकडे राहत होते. कोणत्याही कामानिमित्त माझं मुंबईला जाणं घडलं म्हणजे वेळात वेळ काढून मी त्यांना भेटायला जात असे. अशा वेळी आमच्या गप्पा चालत त्या बहुतेक शाळेविषयींच्या असत. मागच्या क्वचित कडू पण बहुधा गोड अशा आठवणी आणि पुढची रम्य विशाल स्वप्नं!

आता गेल्या चाळीस वर्षांतल्या त्या साऱ्या आठवणी जाग्या होऊन माझं मन बेचैन करीत आहेत. १९२० साली मी शिरोड्याला शिक्षक म्हणून गेलो. मला तेथे नेलं ते आजगांवकरांनीच. त्या वेळी देशात गांधीयुग सुरू झालं होतं. खेडी शक्य तितक्या लवकर जागृत करण्याची जरुरी तीव्रतेनं भासू लागली होती. कोकणात पाहिलेल्या खेड्यांच्या दैन्यावस्थेमुळे माझं मन इतकं भारावून गेलं होतं की, दुसरं तिसरं काही न करता कुठल्या तरी खेड्यात जावं आणि जमेल तसं तिथे शिक्षणाचं काम करावं, यापलीकडे मला दुसरं काहीच सुचत नव्हतं. शिक्षणाशिवाय देशाला दुसरा

तरणोपाय नाही हे उघड दिसत होतं. बहुजन समाजासाटी ज्याला काही करायचं असेल, त्यानं शहरात काम करण्यात फारसा अर्थ नव्हता. दोन-तीन शहरी शाळांकडून शिक्षक म्हणून आमच्याकडे येता का? अशी विचारणा माझ्याकडे झाली होती. पण माझ्या मनानं एकच ध्यास घेतला होता– खेड्यात जायचं खेड्यात जाऊन शिक्षणाचं काम करायचं!

कुठेतरी पाहिलेल्या एखाद्या दुर्मीळ खेळण्याचा हट्ट धरावा, तसं माझं मन खेड्यात जाण्याचा हट्ट धरून बसलं होतं. अशा स्थितीत एके दिवशी आजगांवकर मास्तर माझ्याकडे आले. त्यांची माझी ती पहिली भेट अजून माझ्या डोळ्यांसमोर स्पष्ट उभी आहे; सावंतवाडीत भटवाडीत आमचं घर आहे. त्या घराच्या सोप्याव‌र एक-दोन विद्यार्थ्यांना काहीतरी शिकवीत मं बसलो होतो. ऐन दुपारची वेळ होती. अशा वेळी घामाघूम झालेले, मध्यम उंचीचे, उजळ वर्गाचे, किंचित जाड असे एक तरुण गृहस्थ आमच्या अंगणाच्या पायऱ्या चढून येत असलेले मला दिसले. या गृहस्थांना मी पूर्वी कुठे पाहिलं नव्हतं. त्यांचं माझ्याकडे काय काम असावं याचा मला तर्क करता येईना. ते सोप्याच्या पायऱ्या चढून वर आले. बसता-बसता त्यांनी शिरोड्याच्या शाळेविषयी मला माहिती सांगायला सुरुवात केली. खेड्यात शिक्षक होऊ इच्छिणारा तरुण म्हणून कोणीतरी माझं नाव त्यांना सांगितलं होतं. म्हणून ते मुद्दाम आजगांवहून सायकलवरून मला भेटायला आले होते. शिरोड्याला १९१५ साली तीन इयत्तांची शाळा श्री. अ. वि. बावडेकर (आलमगिराचे संपादक श्री. चं. वि. बावडेकर यांचे सर्वांत वडील बंधू) यांनी काढली होती. त्यांना आजगांवचे श्री. आजगांवकर व शिरोड्याचे श्री. शिनारी हे दोघे सहकारी म्हणून मिळाले होते. पंचेचाळीस वर्षांपूर्वींच्या त्या काळात खेड्याची स्थिती आजच्या उलट होती. आज खेड्यांना शिक्षणाची विलक्षण तहान लागली आहे. त्यावेळी ती या बाबतीत थंड होती. त्यामुळे ही शाळा रुटुखुटु चालली होती. त्यातच श्री. बावडेकरांना डोळ्यांच्या काही विकारामुळे मुंबईला जाणं जरूर होतं. त्यांना लवकर परत येता येत नव्हतं. साहजिकच शाळेला नव्या शिक्षकाची जरुरी होती. आजगांवकरांनी ५-१० मिनिटांत हे सारं मला सांगितलं. त्यांचा कारभार नेहमी रोखठोक असे. त्यामुळे ते आले आणि अर्ध्या तासाच्या आतच होकार घेऊन निघून गेले.

१९२० ते १९३८ ही अठरा वर्षे मी शिरोड्यात आजगांवकर प्रभृती सहकाऱ्यांच्या सहवासात या शाळेचं काम करण्यात घालविली. व्यावहारिक दृष्टीने पाहिलं तर ती वर्ष कष्टाची होती. पगार थोडा. तोही वेळेवर मिळेल अशी खात्री नाही. कित्येकदा वीस-पंचवीस रुपये कमीही मिळत. आम्ही तिघे आणि १९२१ साली आम्हाला येऊन मिळालेले श्री. दळवी या चौघांच्या पुढे वर्षानुवर्ष एकच गोष्ट मुख्य होती – शाळा नीट कशी चालेल, तिची वाढ कशी होईल, तिची स्वतःची इमारत कशी उभी राहील, केवळ पुस्तकी शिक्षणांतच नव्हे तर बौद्धिक, भावनिक, सांस्कृतिक

घ. आ. आजगांवकर । १२१

आणि सामाजिक गोष्टींत आपले विद्यार्थी अग्रभागी कसे राहतील?

माझ्या आयुष्यातली ही १८ वर्षं पैशाच्या दृष्टीने ओढाताणीची होती पण ती सुखाची होती. कारण मनाची ओढाताण ह्या काळात मी कधीच अनुभवली नाही. कुंडीत लावलेल्या गुलाबाच्या झाडावरली कळी हळूहळू उमलू लागली म्हणजे ती पाहून लहान मुलाला जसा आनंद होतो, तसे आम्ही चौघं शाळेचा विकास पाहण्यात गुंग होऊन गेलो होतो. स्वभावाच्या दृष्टीने पाहिलं तर आमच्या चौघांच्या चार तऱ्हा होत्या. त्या तशा असायच्याच! कारण हे जग त्रिविध नाही, ते बहुविध आहे! पण शाळेविषयीचा कुठलाही प्रश्न उपस्थित झाला की, त्यात आम्हा चौघांत दोन तट पडले असं कधीच घडलं नाही. आमचे मतभेद होत. तास नि तास आम्ही चर्चा आणि वादविवाद करीत होतो. पण काठीनं तोडलेलं पाणी जसं पुढल्याक्षणी एकरूप होतं, त्याप्रमाणे वादविवाद संपला की, आम्ही एकमुखाने आणि आठ हातांनी कुठल्याही गोष्टीचा पुरस्कार करीत असू.

प्रारंभापासूनच आम्ही चौघांनी आपापल्या कुवतीप्रमाणे कामं वाटून घेतली. त्यात आजगांवकरांनी हौसेनं अनेक कष्टाची कामं आपल्या अंगावर घेतली. एखाद्या कवीला काव्य करताना जसा आनंद होतो तसा त्यांना कष्ट करताना होत असे. शनिवारी दुपारी ऊन रणरणत असताना आजगांवकरांची स्वारी वीस-पंचवीस मैल दूर असलेल्या कुडाळला सायकलवरून जायला निघाली आहे हे दृश्य मी अनेकदा आश्चर्यचकित डोळ्यांनी पाहिलं आहे. मोटारीची ये-जा पुढे काही वर्षांनी सुरू झाली पण आजगांवकरांच्या हिशेबी भाड्याच्या मोटारीपेक्षा स्वत:ची सायकल हे अधिक वेगाचं वाहन होतं. ते शाळेत वा घरी असोत, नेहमी काही ना काही कामात गढलेले असत. वेळ व्यर्थ दवडणं त्यांना मोठं कठीण वाटे. सायकलवर स्वार व्हायचं आणि कामांचा फडशा पाडीत जायचं, हा त्यांचा नेहमीचा खाक्या! ऊन-पाऊस, भूक-तहान, कशाची-कशाची पर्वा त्यांना नसे.

शाळेच्या सध्याच्या इमारतीचा खालचा भाग १९२५ साली बांधून पुरा झाला. तो बांधला जात असताना प्रत्येक गोष्टीसाठी – ते कोलगावचं लाकूड असो अथवा आजगांवच्या खणीतले चिरे असोत – आजगांवकरांनी जिवाचा किती आटापिटा केला हे शब्दांनी वर्णन करून सांगता येणार नाही. इमारत बांधली जात असताना सर्व गोष्टींकडे ते जातीनं लक्ष घालीत होते. ऊन असो, पाऊस असो, आजगांवकर बांधल्या जाणाऱ्या इमारतीपाशी उभे आहेत, सुतारांना आणि गवंड्यांना सूचना देत आहेत, असं दृश्य नेहमी दिसायचं! या सर्व गोष्टींचं त्यांना ज्ञान होतं, इतकंच नव्हे तर त्यातला रस त्यांना चाखता येत असे. शेतीत, बागायतीत, इमारत बांधणीत आणि अशाप्रकारच्या अनेक व्यावहारिक गोष्टींत त्यांची बुद्धी चांगली चाले. तो काळ आजच्यासारखा धंदे शिक्षणाला अनुकूल नव्हता, पण त्या वेळी सुद्धा मला वाटे शाळेला शेतीची, बागायतीची अगर अन्य उद्योगधंद्याची जोड द्यायची शक्ती आपल्यापाशी नाही; त्यामुळे

आजगांवकरांच्या अनेक गुणांचा शाळेला जसा हवा तसा उपयोग करून घेता येत नाही!

आदर्श शिक्षकाचे अनेक गुण आजगांवकरांच्या अंगी होते. बावडेकरांनी शाळा काढताच ते त्यांना मिळाले ते आपल्या पंचक्रोशीत एक शाळा चालावी, लोकांची शिक्षणाची सोय व्हावी, या ईर्ष्येने. त्यामुळे शिक्षकाला आवश्यक असणारा ध्येयवाद त्यांच्या ठिकाणी मुळातच निर्माण झाला होता. शाळेचं संमेलन म्हणजे तर आमच्या त्या मोठ्या कुटुंबाची दिवाळी असे. हा कौटुंबिक सण व्यवस्थितपणे पार पाडण्याला लागणाऱ्या साऱ्या व्यावहारिक गोष्टी आजगांवकर आणि शिनारी मोठ्या प्रेमानं आणि शिस्तीनं करीत असत. मुलांनी हौसेनं क्रिकेट प्रथम सुरू केलं. तेव्हा आम्हाला बेताचंच खेळायला येत असून आम्ही दोघांनीही त्यांच्या खेळात मोठ्या हौसेनं भाग घेतला होता.

शाळा हे त्यांच्या दृष्टीनं शेवटपर्यंत त्यांचं मोठं कुटुंब होतं. प्रत्यक्ष काम करता येत होतं तोपर्यंत ते शाळेत शिकवीत होते, तिच्या वाढीसाठी धडपडत होते. पुढे अंथरुणाला खिळल्यावरही त्यांच्या मनात शाळेला असलेलं अग्रस्थान रेसभरसुद्धा ढळलं नाही.

तसं पाहिलं तर शिरोड्याची शाळा ही दक्षिण कोकणाच्या एका कोपऱ्यातली, महाराष्ट्रातल्या शेकडो शाळांतली एक शाळा. त्या शाळेसाठी खस्ता खाणाऱ्या आजगांवकर मास्तरांसारख्या व्यक्तीचं काम मर्यादित क्षेत्रात मान्यता मिळविणारं. पण ध्येयाचा ध्यास घेणारी, एका कामाला आयुष्य वाहिलेली, गाजावाजा न करता आमरण सेवा करीत राहणारी अशी माणसं हीच समाजाची खरी संपत्ती असते. सुदृढ, सुखी समाजाचा खरा पाया असली माणसंच घालतात. अशी सामान्यातली असामान्य माणसं विपुल प्रमाणात निर्माण झाल्याशिवाय ज्याला आपण सर्व प्रकारच्या समतेवर आधारलेला नवा समाज म्हणतो तो निर्माण होणं कठीण आहे.

काळ बदलला आहे. प्रश्न बदलले आहेत. कामे बदलली आहेत पण या सर्व बदलांत बदलू नये अशी एक गोष्ट आहे. ती म्हणजे आजगांवकरांच्या सारख्या माणसांची सेवेची इच्छा, समाजाकरिता निरपेक्ष कष्ट करण्याची त्यांची शक्ती, एखाद्या लहानशा का होईना ध्येयाची त्यांनी मनात जोपासलेली भक्ती. स्वतंत्र भारतात खेड्याखेड्यांत या गुणांची आता फार-फार जरुरी आहे. कोकणात तर ती अधिकच आहे. आजगांवकरांच्या जीवनापासून स्फूर्ती घेऊन, उद्या त्यांच्या चार-दोन विद्यार्थ्यांनी आपापल्या खेड्यात राहून शिरोड्याच्या पंचक्रोशीत काम केलं, तरच चाळीस वर्षांपूर्वीच्या या सेवाव्रताची परंपरा अखंड राहील आणि आजगांवकरांच्या आत्म्याला समाधान मिळेल.

हे सारं लिहिलं पण हे लिहूनही मन शांत होत नाही. १९२०-२१ साली शाळेच्या प्रगतीची स्वप्नं पहाताना आम्ही चौघं होतो. ते आज तिघं झालो आहोत ही बोचणारी जाणीव काही केल्या मनातून जत नाही!

✫ ✫ ✫

घ. आ. आजगांवकर । १२३

परिशिष्ट
∗ पूर्वप्रसिद्धी सूची (शीर्षके मूळाबरहुकूम)

१. डॉ. भालेराव (दै. केसरी, पुणे - ११ सप्टेंबर, १९५५)

२. निर्भर स्नेहनिर्झर (दौंडकर स्मृती सुगंध - १९७४ संपा. वा. रा. ढवळे)

३. साहित्याची मधुरा भक्ती (श्री दीपलक्ष्मी - फेब्रुवारी, १९६८)

४. विनायक : व्यक्ती आणि कला (माणूस (दिवाळी) - १९६३ विनायक पुरवणी)

५. 'हंस'चे प्रमुख शिल्पकार (सुगंध (दिवाळी) - १९६८)

६. 'भक्त प्रल्हाद' ते 'सांगत्ये ऐका' पर्यंतचा अविस्मरणीय प्रवास : दादा साळवी (दैनिक महाराष्ट्र टाइम्स, १६ डिसेंबर, १९६३)

७. लता? छे, कल्पलता (लता रौप्यमहोत्सव गौरव अंक - १९६७ संपा. शान्ता शेळके, वृंदा लिमये, डॉ. सरोजनी वैद्य)

८. स्नेहशील वामनराव (स्व. वामनराव कुलकर्णी 'स्मृती सुगंध पुष्प' जानेवारी, १९७३)

९. देव तेथेचि जाणावा (राजस (दिवाळी) - नोव्हेंबर/डिसेंबर - १९७५)

१०. आदर्श गुरू : प्रा. रा. ना. जोशी (किर्लोस्कर - फेब्रुवारी, १९७५)

११. बन्याबापू कमतनूरकर (सत्यकथा - मार्च १९७०)

१२. रसिक सन्मित्र पंडितराव (दैनिक मराठा, १४ फेब्रुवारी, १९६८)

१३. शिवास्ते पंथानः सन्तु (श्री दीपलक्ष्मी, १९७५) हस्तलिखित

१४. काळाची आव्हाने स्वीकारणारे समर्थ सामाजिक व्यक्तित्व : व्ही. टी. पाटील (व्ही. टी. पाटील गौरव ग्रंथ 'हा गंध चंदनाचा' - संपा. प्रा. क्रांतीकुमार पाटील, श्री. जयसिंगराव पाटील, श्री. पी. बी. मोहिते - जानेवारी, १९८१)

१५. अजोड जीवन (प्रभाकरपंत कोरगावकर स्मृती ग्रंथ - तृतीय आवृत्ती - २००८ मूळ प्रकाशन ५ ऑक्टोबर, १९६९)

१६. कोकणच्या ताई : भागिरथी गद्रे (हस्तलिखित, प्रकाशन संदर्भ अप्राप्त)

१७. कै. घ. आ. आजगावकर (साप्ताहिक व्याध, ३ जून, १९५९)

✲ ✲ ✲

www.ingramcontent.com/pod-product-compliance
Lightning Source LLC
LaVergne TN
LVHW050641200726
843506LV00010B/1318